सेनापती हंबीरराव मोहिते

डॉ. सदाशिव शिवदे

डायमंड पब्लिकेशन्स

सेनापती हंबीरराव मोहिते
डॉ. सदाशिव शिवदे

Senapati Hambirrao Mohite
Dr. Sadashiv Shivade

प्रथम आवृत्ती : ऑक्टोबर २००७
पुनर्मुद्रण : २०११

ISBN 978-81-89959-40-1

© डायमंड पब्लिकेशन्स

मुखपृष्ठ
शाम भालेकर

प्रकाशक
डायमंड पब्लिकेशन्स
२६४/३ शनिवार पेठ, ३०२ अनुग्रह अपार्टमेंट
ओंकारेश्वर मंदिराजवळ, पुणे-४११ ०३०
☎ ०२०-२४४५२३८७, २४४६६६४२
info@diamondbookspune.com

ऑनलाईन पुस्तक खरेदीसाठी भेट द्या
www.diamondbookspune.com

प्रमुख वितरक
डायमंड बुक डेपो
६६१ नारायण पेठ, अप्पा बळवंत चौक
पुणे-४११ ०३० ☎ ०२०-२४४८०६७७

प्रिय मित्र…
डॉ. जयसिंगराव पवार यांना….

प्रस्तावना

मिर्झा राजा जयसिंग, दिलेरखान आणि शिवाजीमहाराज ह्यांचा तह झालेला असता शिवाजी महाराज जयसिंगाची अनुमती घेऊन पन्हाळ्यावर चालून गेले, पौष वद्य षष्ठी म्हणजेच १६ जानेवारी १६६६. त्यावेळी सेनापती नेताजी ह्यांना तेथे पोचावयास उशीर झाला, त्यामुळे महाराजांची त्यांच्यावर इतराजी झाली व नाराजीने ते शत्रु पक्षास सामील झाले. त्यानंतर कुडतोजी गुजर हे 'प्रतापराव' या पदवीने सेनापती झाले. त्यांनी बहलोलखान प्रसंगी त्यास अभय दिले व महाराजांची त्यांच्यावर गैरमर्जी झाली. महाराज त्यांना बोलले व ते ईर्षेने नेसरी खिंडीत आपल्या सहा सहाकाऱ्यांच्या साहाय्याने बहलोलच्या सैन्यावर तुटून पडले. त्यात त्यांना वीरमरण आले, माघी महाशिवरात्र, २४ मे १६७४. तेव्हा नवीन सेनापतीची नेमणूक करणे गरजेचे होते. महाराजांनी हंबीरराव मोहिते यांना सेनापतिपदावर नियुक्त केले. मे १६७४, आणि त्यानंतर छत्रपती संभाजीराजांनाही मागे वळून पाहावे लागले नाही.

हंबीरराव हे कोणी बडे वतनदार नव्हते. त्यांचे वडील आदिलशाहीत तळबीडचे पाटील होते. ते शहाजीराजांच्या पदरी सैन्यात आले आणि नंतर सुप्याचे सुभेदार झाले. त्यांच्या गैरअमली कारभारामुळे महाराजांनी त्यांना शहाजीराजांकडे परत पाठविले. त्यांचे पुत्र हंबीरराव हे त्या वेळेस पागेत नोकरीस लागले असावेत. ते आपल्या गुणांनी वर चढत गेले. नेसरी प्रकरणाच्या वेळेस ते चिपळूण प्रांती छावणी करून होते. नेसरीला प्रतापराव पडल्यावर आनंदरावाने मराठ्यांना सावरले व बहलोलखान आणि दिलेरखान या दोघांना हुलकावण्या देत बहलोलखानाचा मुलूख लुटत त्यांना दूर ठेवले. महाराजांनी हंबीररावांना कसे नेमले आहे ते सांगितले आहे......

".... लष्करात येऊन लष्कर घेऊन कोकणांत चिपळूण जागा परशुरामाचे क्षेत्र आहे तेथे येऊन राहिले. मग लष्कराची पाहाणी करून लहानथोर लष्करास व पायदळ लोकांस खजिना फोडून वाटणी केली आणि सरनौबतीस माणूस पाहाता हंसाजी मोहिते म्हणून पागेमध्ये जुमला होता. बरा शहाणा, मर्दाना, सबुरीचा, चौकस शिपाई मोठा धारकरी पाहून त्यास हंबीरराव किताबती देऊन सरनौबती सांगितली......" त्याच वेळी महाराजांनी हंबीरराव यांची चोख व्यवस्था पाहून त्यांना सेनापती नेमले. डॉ. सदाशिव शिवदे यांनी यासंबंधी व मराठ्यांच्या सैन्यव्यवस्थेसंबंधी फार चांगल्या रीतीने विवेचन केले आहे.

दक्षिणदिग्विजयाच्या वेळी हंबीररावांचे कर्तृत्व खरेखुरे उजळून आले. ते अगदी सुरुवातीपासून त्या मोहिमेत होते. त्यांनी दक्षिणेचा रस्ता मोकळा करून दिला. बेळगाव

भागात महाराजांचे पायदळ होते. हंबीरराव घोडदळ घेऊन त्या भागात महाराजांना भागानगरला जाण्याचा रस्ता मोकळा करत होते. त्यांनी हुसेनखान मियाणास येलबुर्ग्याच्या लढाईत पूर्ण पराजित करून कैद केले (जानेवारी १६७७) व सर्व सैन्यास भागानगरचा मार्ग मोकळा झाला.

महाराज सप्टेंबर १६७७ नंतर जिंजीहून परतले. पण हंबीररावांना त्यांनी मागे ठेवले. व्यंकोजीने त्यांच्यावर हल्ला केला. १६ नोव्हेंबर १६७७. संताजी (शिवाजींचा सावत्र भाऊ) तेथे होता. त्याला मदत करून त्यांनी व्यंकोजीस पळवून लावले. तिकडच्या किल्ल्यांची व्यवस्था हंबीररावांनी लावली असावी. तेथे संताजीस सेनापती नेमल्यावर हंबीरराव परत आले. त्या सैन्याने नंतर इ.स. १६९७ पर्यंत मोगलांना त्या भागात येऊ दिले नाही; याचे श्रेय निश्चितपणे हंबीररावांकडे जाते. हा सर्व भाग डॉ. शिवदे यांनी चांगल्या रीतीने मांडला आहे.

छत्रपती शिवाजीमहाराजांच्या निधनानंतर अराजकता माजेल की काय, अशा परिस्थितीत सर्व सैन्य एकत्रित राखले व नंतर गादीवर आलेल्या संभाजीमहाराजांच्या मागे उभे केले. त्यामुळे खरे तर त्यांनी राज्य राखले. त्यानंतर लगेचच बुऱ्हाणपूरची यशस्वी मोहीम केली. औरंगजेबाने विजापूर व गोवळकोंडा ही राज्ये नष्ट केली. हंबीररावांनी औरंगजेबाच्या सैन्यास रोखून धरले. शेवटपर्यंत महाराजांचे राज्य असलेल्या भागात कुठेही शिरकाव झाला नाही. हंबीररावांनी कुठेही भडक अशा लढाया मारल्या नाहीत. पण मोठ्या सेनापतीप्रमाणे सर्व युद्धांचे संचलन ते मोठ्या कुशलतेने करीत.

महाराजांच्या सरदारांपैकी संताजी घोरपडे व कान्होजी आंग्रे यांची चरित्रे लिहिली गेली आहेत. इतरांची म्हणजे तीन बाजी, तानाजी, वगैरेंची त्रोटक चरित्रे प्रसिद्ध झाली आहेत. ते आपल्या शौर्यामुळे प्रसिद्ध आहेत. परंतु सेनापतिपदावर राहिलेल्या हंबीररावांचे चरित्र लिहिले गेले नाही. सभासदाने दिलेल्या शंभर एक सेनापतींच्या यादीतील सेनानायकांची माहिती ही फारशी उपलब्ध झाली नाही. उदा. रामाजी पांगारा, मानाजी मोरे, रूपाजी भोसले इत्यादी किंवा उत्तरकालीन नेमा (नेमाजी शिंदे), हणमंतराव निंबाळकर, थोरात यांचीही माहिती अभावानेच आढळते. यातील एक छोटी उणीव डॉ. शिवदे यांनी भरून काढली आहे व हंबीररावांच्या कर्तृत्वाचा आलेख अतिशय परिणामकारकरीत्या या ग्रंथातून मांडला आहे. महाराजांच्या सेनाधिकाऱ्यांची चरित्रे अशा पद्धतीने प्रकाशित व्हावयास हवीत. दर्याराज कान्होजी आंग्रे, सेनापती हंबीरराव मोहिते आणि यानंतरही डॉ. शिवदे यांनी अशी चरित्रे लिहावीत.

पुणे.

– मेजर मुकुंद जोशी

लेखकाचे मनोगत

केवळ नूतन सृष्टी निर्माण करणारे छ. शिवाजीमहाराज हे आणि या नूतन सृष्टीसाठी आपल्या सर्वस्वाचा त्याग करणारे त्यांचे शूर सेनापती मर्द आणि मुत्सद्दी याविषयी सर्वांच्या मनामध्ये आदराचे स्थान आहे. शिवाजीमहाराजांच्या चरित्राचा प्रभाव महाराष्ट्रवासीयांवरच नाही; तर हिंदुस्थानातील सर्व प्रांतांत रहाणाऱ्या लोकांच्यावरही आहे. परकीयांमधे ब्रिटिश, पोर्तुगीज, डच, फ्रेंच यांनी तर शिवाजीमहाराजांची निंदा करता करता स्तुतीचाही वर्षाव केला. रवींद्रनाथ टागोरांनी बंगाली भाषेत शिवकाव्ये लिहून बंगाली बांधवांना एक संदेश दिला आहे. ते म्हणतात,

माराठिर साथे आजि हे बाङ्गालि, एक कट्ठे बलो
'जयतु शिवाजि' ।
माराठिर साथे आजि हे बाङ्गालि एक संगे चलो।
महोत्सवे साजि।
आजि एक सभातले भारतेर पश्चिम पुरब
दक्षिणे ओ वामे
एकत्रे करूक भोग एकसाथे एकटि गौरव
एक पुण्य नामे।।

(रवींद्रनाथ टागोर)

या काव्यपंक्तींचा राजा बढे यांनी केलेला मराठी अनुवाद पाहा.

वंगसुतांनो मराठ्यांचिया संगे बांधा कमरा
शिवभूपाचा एक सुराने जयजयकार करा
एकरूप व्हा महाराष्ट्रासह जागृत बंगाली
जयोत्सु जय जय ये शिव उद्या आज अंशुमाली
शिवरायाच्या महोत्सवाच्या पर्वणीत पाही
पूर्व पश्चिमा, उत्तर दक्षिण मिळति दिशा दाही
एकरूप एकत्रच भोगूं गौरव सर्वांही
एक नाम जय घोष घुमूं दे पावन शिवशाही......

अशा छत्रपती शिवाजीमहाराजांनी "... ज्याच्या उपाये शत्रु आकळावा तो-तो शत्रु त्या-त्या उपाये पादाक्रांत करून साल्हेरी अहिवंतापासून चंदीकावेरी तीरपर्यंत निष्कंटक राज्य, शतावधि कोटकिल्ले तैसिच जलदुर्गे व कित्येक विषमस्थळे हस्तगत केली....." दिगंत विख्यात कीर्ती संपादिली, लोकसंग्रह केला. मातृभूमीचे संरक्षण करणे हे परम कर्तव्य मानले. सर्व ज्ञातीने कष्ट करून शत्रूचा पराभव करावा यासाठी गनिमी काव्याचे युद्धतंत्र विकसित केले आणि त्यासाठी रणझुंजार सेनापतींची पारख करून त्यांना कामाला लावले. माणकोजी दहातोंड्यांनंतर नेताजी पालकर, प्रतापराव गुजर आणि त्यानंतर हंबीरराव मोहिते असे सेनापती उभे केले. आज हंबीरराव मोहित्यांविषयी त्यांचे समग्र चरित्र सांगणारा स्वतंत्र ग्रंथ उपलब्ध नाही. राष्ट्राची अस्मिता, अभिमान आणि आत्मविश्वास आपल्या आत्मसमर्पणाने वाढविणाऱ्या ज्वलज्ज्वलनतेजस छत्रपती संभाजीराजांचे चरित्र लिहिताना संभाजीराजांच्या पाठीशी खंबीरपणे उभ्या राहणाऱ्या त्यांच्या या सावत्र मामाच्या पराक्रमाची अनेक उदाहरणे मला आढळून आली. एक धीरगंभीर, नाकापुढे चालणारा, नि:स्पृह वृत्तीचा हंबीरराव माझ्या मनात अत्यंत आदराचे स्थान निर्माण करता झाला आणि एक दिवस वसंतगडच्या पायथ्यास असलेल्या त्यांच्या तळबीड या गावी मी गेलो. तेथे असलेल्या त्यांच्या समाधीच्या दर्शनाला मी गेलो. तेथे असलेल्या त्यांच्या समाधीला मी आदब मुजरा केला आणि त्या क्षणी संभाजीराजांच्या कारकिर्दीतील त्यांचे व्यक्तिमत्त्व माझ्या मनचश्चक्षूंसमोर उभे राहिले आणि त्या क्षणी मी या थोर सेनानीचे चरित्र लिहिण्याचा संकल्प सोडला. हंबीरराव मराठ्यांच्या इतिहासात म्हणजे शिवाजीमहाराजांच्या आणि संभाजीराजांच्या कारकिर्दीत त्याच सु. २१ वर्षे सरलष्कर म्हणून कार्यरत होते. शिवाजीमहाराजांनी प्रतापराव गुजरांना, त्यांनी बहलोलखानास अभय दिल्याबद्दल बोल लाविला. प्रतापराव गुजराने, कवी कुसुमाग्रजांनी लिहिलेल्या 'वेडात दौडले वीर मराठे सात' या काव्यपंक्तींप्रमाणे नेसरीच्या खिंडीत वीरमरण पत्करले. (माघी शिवरात्र २४ फेब्रुवारी १६७४) त्यांची जागा भरून काढणारा असा कोण आहे? असा शिवप्रभूंच्या पुढे प्रश्न पडला. सरनौबत माणूस पाहाता बरा शहाणा, मर्दाना, सबुरीचा, चौकस शिपाई मोठा धारकरी पाहून हंबीरराव नाव किताबती देऊन सरनौबती सांगितली. येथे त्यांची कारकीर्द सुरू झाली. महाराजांच्या बरोबर अनेक मोहिमांत त्यांनी पराक्रम गाजवला आणि महाराजांच्या राज्याभिषेकप्रसंगी पंतप्रधान- युवराज यांची श्रेणी आणि मानसन्मान त्यांना प्राप्त झाला. संभाजीमहाराजांच्या कारकिर्दीत ते १६८७ पर्यंत त्यांच्या पाठीशी खंबीरपणे उभे राहिले. १६८७ मधील झालेल्या वाईच्या लढाईत त्यांना वीरमरण प्राप्त झाले. त्या लढाईची सविस्तर हकिकत उपलब्ध नाही आणि हंबीरराव मोहित्यांच्या मृत्यूची तारीखही कोठेही नोंदविली गेली नाही. वाईजवळील कडेगाव या गावी ही लढाई झाल्याचे तेथील गावकरी परंपरागत हकिकतीनुसार सांगतात आणि ही

लढाई साधारणपणे दसऱ्यापूर्वी केव्हातरी झाली असावी असे सांगितले जाते. अर्वाचीन चरित्र कोशानुसार डिसेंबर, मेवाडातील दुर्गादास राठोडसारख्याच व्यक्तिमत्त्वाचा हा सेनापती मराठ्यांच्या इतिहासात एक वेगळे स्थान निर्माण करून गेला यात शंका नाही. त्यांच्या पराक्रमाच्या अनेक नोंदी अज्ञात आहेत. काही नोंदी अस्सल आहेत, त्यांचा उपयोग मी केला आहे. स्वराज्याचा विस्तार करण्याचे काम शिवछत्रपतींच्या काळात त्यांनी केले आणि संभाजीराजांच्या कारकिर्दीत हे स्वराज्य वाचवण्यासाठी त्यांनी प्राणार्पण केले.

शिवछत्रपतींनी निर्माण केलेले हिंदवी स्वराज्य त्यांच्या मृत्यूनंतर औरंगी विळख्यात सापडले. त्या विळख्यात संभाजीराजे आवळले गेले. पण त्या हौतात्म्यामुळे महाराष्ट्रात एक रणकुंड पेटले. मराठ्यांच्या मनात चैतन्याच्या, स्वत्वाच्या, राष्ट्रीयत्वाच्या, स्वधर्माभिमानाच्या मशालीने पेट घेतला. मराठ्यांच्या तलवारींना तेज आले, भाल्यांना बळ आले, तोफांना ताकद आली आणि महाराष्ट्रामध्ये एक प्रचंड झांजावात निर्माण झाला. त्या झंझावातात मराठ्यांनी औरंगजेबाला आपली हयात मराठ्यांशी झुंजण्यात खर्च करावयास लावली. छत्रपती शिवाजीमहाराजांना व संभाजीमहाराजांना शिव्यांची लाखोली वाहणारा मोगली इतिहासकार खाफीखान लिहून जातो,“ ...परमेश्वराचा संकेतच असा की, त्या दृष्टीने सुरू केलेल्या उच्छादनाची मुळे दक्षिणेतून उपटली जाऊ नयेत. आणि बादशहाची उरलेली हयात मोहीम काढण्यात आणि किल्ले घेण्यात जावी......” महाराष्ट्रामध्ये शिवछत्रपतींनी निर्माण केलेला महाराष्ट्रधर्म महाराजांच्या व संभाजीराजांच्या सहवासात हंबीरराव मोहिते यांनी अत्यंत उत्कट भावनेने जपला आणि यासाठी आपली आहुती दिली. अशा सच्चा, समर्थ, सद्‌गुणी, समरधुरंधर सेनापती हंबीरराव मोहिते यांचे चरित्र आजच्या पिढीपुढे एक आदर्श म्हणून ठेवीत आहे.

या कामी मला साहाय्य केलेल्या इतिहाससंशोधक व इतर व्यक्ती आणि संस्था डॉ. जयसिंगराव पवार, डॉ. अनिल बैसाणे, मेजर मु. ना. जोशी, पांडुरंग बलकवडे, प्रवीण भोसले, सौ. चेतना वडके, माझी लेखनिक सौ. मैथिली पिंपळे, श्री. रमण चितळे, भारत इतिहास संशोधक मंडळ, अखिल महाराष्ट्र इतिहास परिषद इत्यादींचे आभार.

– डॉ. सदाशिव शिवदे

लेखकपरिचय

डॉ. सदाशिव सखाराम शिवदे

मूळ गांव : कुडाळ, ता. जावली, जि. सातारा.

हल्ली वास्तव्य : पुणे

शिक्षण : पशुवैद्यक पदविका (D.Vet.), एम.ए. (मराठी)
एम.ए. (इतिहास), पीएच.डी. (इतिहास, संस्कृत)

ग्रंथलेखन

- ज्वलज्ज्वलनतेजस संभाजीराजा (संशोधनात्मक ग्रंथ)
- महाराज्ञी येसूबाई (संशोधनात्मक)
- रणरागिणी ताराराणी (संशोधनात्मक)
- माझी गुरं; माझी माणसं (ग्रामीण कथासंग्रह)
- दर्याराज कान्होजी आंग्रे (संशोधनात्मक)
- सेनापती प्रतापराव गुजर (संशोधनात्मक ग्रंथ)
- मराठ्यांचे लष्करी प्रशासन (अनुवाद)
- प्रतापदुर्ग महात्म्य (मराठ्यांच्या इतिहासाची संस्कृत साधने)
- परमानंदकाव्यम् (अनुवाद)

शोधनिबंध

- अखिल महाराष्ट्र इतिहास परिषदेच्या अधिवेशनात व भारत इतिहास संशोधक मंडळात शोधनिबंध वाचन व प्रसिद्धी
- आंतरराष्ट्रीय इतिहास परिषदेत शोधनिबंध वाचन
- अखिल महाराष्ट्र इतिहास परिषदेचे शोधनिबंध संपादक, उपकार्यवाह

पुरस्कार

- 'ज्वलज्ज्वलनतेजस संभाजीराजा' या ग्रंथास महाराष्ट्र साहित्य परिषदेचा
  १) 'महामहोपाध्याय दत्तो वामन पोतदार पुरस्कार'
  २) 'रा. ना. नातू पुरस्कार'
- महाराष्ट्र ग्रंथोत्तेजक संस्था पुणे यांचा संदर्भ ग्रंथ 'शारंगपाणी पुरस्कार'.
- पुणे महानगरपालिका गौरव पदक (उत्कृष्ट ऐतिहासिक ग्रंथनिर्मिती).
- महाराज्ञी येसूबाई या ग्रंथास 'महाराष्ट्र ग्रंथोत्तेजक संस्था पुरस्कार.'
- कै. मणिभाई देसाई प्रतिष्ठानचा 'राष्ट्रीय सेवा पुरस्कार.'

- संभाजी स्मृती समितीचा 'श्रीशंभूसेवा पुरस्कार.'
- सुखकर्ता सांस्कृतिक प्रतिष्ठानाचा 'सुखकर्ता पुरस्कार व मानपत्र.'
- श्रमशक्ती देशव्यापी पुरस्कार मुंबई
- 'दर्याराज कान्होजी आंग्रे' ग्रंथास महाराष्ट्र ग्रंथोत्तेजक संस्था पुरस्कार
- संगमनेर इतिहास संशोधक मंडळाचा कवी अनंत फंदी पुरस्कार २००८
- नामवंत पुणेकर कोशात नोंदणी
- महर्षि वेदव्यास प्रतिष्ठान - पुरस्कार व मानपत्र

संस्था सहभाग

- अखिल महाराष्ट्र इतिहास परिषद - उपाध्यक्ष
- जनसेवा फौन्डेशन पुणे - कार्यकारिणी सदस्य
- भारत इतिहास संशोधक मंडळ ग्रंथालय सदस्य
- महाराष्ट्र साहित्य परिषद आजीव सदस्य
- लायन्स क्लब औंध पाषाण - सदस्य
- महाराष्ट्र ग्रंथोत्तेजक संस्था - आजीव सदस्य

व्याख्याने

- छ. संभाजी महाराज, महाराणी येसूबाई, शिवपत्नी सईबाई या विषयांवर महाविद्यालये, विद्यापीठे, सार्वजनिक संस्थांमधून व्याख्याने

अनुक्रम

१. मोहिते घराण्याचा उदय

निर्मिले स्वराज्य हिंदवी । लाजले की शशिरवी ।
प्रतिपच्चंद्रलेखवि । कीर्ति ऐसी जाहली ।।

छत्रपती शिवाजीमहाराजांनी सु. ३५० वर्षांच्या परकीय यवन सत्ताधीशांच्या अन्यायी शक्तीपासून मराठी जनतेस मुक्त केले. 'आनंदनामसंवत्सरे शके १६९६ ज्येष्ठ शु. १२ घटी २१ पळे ३४ तीन घटिका रात्र उरली तेव्हा क्षत्रियकुलावतंस शिवाजीराजे भोसले सिंहासनी बैसले..... येणेप्रमाणे राजे सिंहासनारूढ झाले. या युगी सर्व पृथ्वीवर म्लेंच्छ पादशाहा. मऱ्हाटा पादशाहा एवढा छत्रपति झाला, ही गोष्ट काही सामान्य जाली नाही.'[१]

शिवछत्रपतींनी आपल्या हिंदवी स्वराज्यात रयतेच्या हिताचाच विचार केला, असे म्हटले जाते, 'प्रपन्नानाम् परित्राता । प्रजानाम् तु प्रियंकर:।।' प्रजेच्या संकटांचाच परिहार करणारा आणि प्रजेमध्ये अत्यंत प्रिय असलेला असा राजा. शिवाजी- महाराजांचा पोर्तुगीज चरित्रकार (१६९५) कास्मो-द-ग्वार्द म्हणतो, ''शिवाजीमहाराज लोकांना चांगली वागणूक देतात. आणि त्यामुळे लोक त्यांच्याकडे प्रेमाने व विश्वासाने पाहातात. त्यांचे सर्व प्रजाजन त्यांच्यावर फार प्रेम करतात. कोणतेही बक्षिस अथवा शिक्षेमधे तो अतिशय नि:पक्षपाती असतो. याबाबतीत त्याने जीवनामध्ये कोणत्याही व्यक्तीला अपवाद केले नाही. त्याचे शौर्य व चांगल्या वागणुकीमुळे त्याच्यावर सर्व माणसे प्रेम करतात. न्यायव्यवस्थेत कुठल्याही न्यायाधीशाशी चर्चा न करता तो आपल्या प्रजेला सुखी ठेवतो. त्याच्या या प्रसिद्धीमुळे तो सगळ्या हिंदुस्थानामध्ये दरारा बसविणारा तसेच प्रजेची काळजी घेणारा सर्वश्रेष्ठ राजा म्हणून ओळखला जातो.'' रामचंद्रपंत अमात्य 'आज्ञापत्र' या आपल्या ग्रंथात म्हणतात, ''तीर्थरूप कैलासवासी महाराजसाहेब यवनाश्रयें असतां त्यापासून पुणें आदिकरून स्वल्प स्वास्ता स्वतंत्र मागून घेऊन पंधरा वर्षाचें वय असतां त्या दिवसापासून तितके स्वल्पमात्र स्वास्तेवर उद्योग केला........... केवळ नूतन सृष्टीच निर्माण केली.'' हे सारे करताना महाराजांच्या प्रशासनामध्ये व लष्करामध्ये सेवा केलेल्या अमृतमोलाच्या सहकाऱ्यांची चरित्रे लिहिणे अत्यंत गरजेचे आहे. महाराजांच्या चतुरंग सेनेचे एक सेनापती - सरलष्कर - सरनौबत हंबीरराव मोहिते यांनी जी अभूतपूर्व कामगिरी केली तिचा म्हणजे त्यांच्या पराक्रमाचा समग्र आढावा घ्यावयाचा आहे.

हंबीरराव मोहित्यांचा कुलवृत्तान्त

छत्रपती शिवाजीराजांचे वडील शहाजी राजे भोसले यांच्या बरोबरीची, महाराष्ट्रात निंबाळकर (पवार), शिर्के, मोरे, जगताप, शिळीमकर, बांदल, मोहिते, जाधवराव इत्यादी अनेक क्षत्रियकुलोत्पन्न घराण्यांतील शूर आणि धाडसी माणसे परकीयांच्या चाकरीत त्यांच्या तख्तासाठी रक्ताचे पाणी करीत होती आणि या चाकरीत समाधान मानून राहात होती. प्रसंगी आपापसांतसुद्धा झुंजत होती. त्यांपैकी निजामशाहीत जी अनेक मराठा घराणी सेवारत होती, त्यांतील रतोजी मोहिते या असामीचे नाव इतिहास नोंदवितो. निजामशहाच्या चाकरीत रतोजीने जी मर्दुमकी गाजविली तीबद्दल त्यांना बाजी हा किताब मिळाला. त्यांच्या कुळासंबंधीची माहीती खालीलप्रमाणे उपलब्ध आहे.

मराठ्यांच्या ९६ कुळी घराण्याच्या यादीतील मोहिते घराणे(२)

मूळ कूळ	वंश-वेद	गादी	निशाण	देवक	उपकुळे
चाहमान तथा चव्हाण	सूर्यवंशी -ऋग्वेद	संबरीगड रणथंब	श्वेत	अष्टव	मोहिते, वाकडे, पारदी, रणदिवे, कडू, डेरे, गव्हाणे, ढवळे, ताखेडे, हंबरराय, काशीद, भोर, नाईक, मालसिंगे, दुसिंगे, ढेरे, मते, ठोंबरे, चोभे, भापकर, नवले, चोहटमेल, अडसुळे

मोहिते घराणे

कऱ्हाडजवळील वसंतगड किल्ल्याच्या पायथ्याशी असलेल्या तळबीड या गावी मोहिते घराण्यातील रतोजी मोहिते यांचा पुत्र – तुकोजी मोहिते हे शाही कामगिरीसाठी फिरत असताना या गावातील काही मंडळींनी आमच्या गावची पाटीलकी डोमगुडे या मुतालिकाने आमच्याच घराण्यातील माणसाला मारून जबरदस्तीने स्वत:कडे घेतली

आहे. आपण या डोमगुड्याचा काटा काढून आम्हाला आमची पाटीलकी मिळवून द्यावी, अशी विनंती तुकोजीराव यांना केली. ती मोहित्यांची म्हणजेच चव्हाण घराण्याचीच पाटीलकी होती. तत्कालीन सरदार मंडळींना देशमुखी आणि पाटीलकी ही वतने प्राणप्रिय असत आणि या वतनांसाठी त्यांची आपापसात स्पर्धा चाले. आणि त्यामुळे तळबीड येथे असा वाद चालू होता. तळबीडची पाटीलकी तुकोजी मोहित्यांनी आपल्याकडे घेतली. तुकोजी मोहित्यांचे संभाजी आणि धारोजी हे दोन पुत्र व तुकाबाई ही एक कन्या. मोहित्यांचे सोयरसंबंध त्या वेळच्या महाराष्ट्रातील घोरपडे आणि घाटगे या मातब्बर घराण्यांशी झाले[३]. संभाजीस घाटग्यांची कन्या, तर धारोजीस घोरपडे यांची कन्या देण्यात आली. घोरपडे आणि घाटगे हे आदिलशहाच्या दरबारात मातब्बर सरदार म्हणून ओळखले जात असत. त्यांनीच मोहित्यांना इ.स. १६२२ मध्ये आदिलशहाच्या चाकरीत आणले. त्यानंतर मोहित्यांचा सोयरसंबंध झाला तो भोसले घराण्याशी. ऑक्टोबर इ.स. १६२४ मध्ये शहाजीराजे आणि त्यांचे सख्खे भाऊ शरीफजीराजे तसेच त्यांचे सख्खे चुलत बंधू हे भातवडीच्या लढाईत निजामाच्या बाजूने लढले आणि त्यांनी निजामास विजय प्राप्त करून दिला. आदिलशहा आणि मोगल यांनी एकत्र येऊन हा संग्राम केला होता. मलिकंबर हा निजामशाही सरदार शहाजीराजांच्या पराक्रमाचा द्वेष करू लागला. त्यामुळे शहाजीराजांनी निराश होऊन निजामशाही सोडून दिली, आणि ते आदिलशाहीत दाखल झाले. त्यांना आदिलशहाकडून 'सरलष्कर' हा किताब मिळाला[४]. (शककर्ते शिवराय, विजय देशमुख पृ. १३५) त्यानंतर त्यांनी निजामशहा आणि मुधोजी नाईक निंबाळकर (फलटणकर) यांच्यावर स्वाऱ्या केल्या. केरळ आणि कर्नाटकात युद्धमोहिमा आखून इब्राहीमशहाची भरभराट केली. निजामशहाने आणि मलिकंबरने शहाजींना सजा देण्याचे ठरविले आणि त्यांना सालप्याच्या घाटात गाठले. याप्रसंगी संभाजी मोहिते यांनी शहाजीराजांना साथ दिली. शहाजीराजांनी या उपकाराला स्मरून संभाजी मोहिते यांना दिनांक १० जानेवारी १६२६ रोजी आदिलशहाकडून तळबीडची देशमुखी मिळवून दिली आणि त्यामुळे ते तळबीडकर मोहिते पाटील व तळबीडकर मोहिते देशमुख झाले[५,६] आणि या उपकाराला स्मरून संभाजी मोहिते यांनी आपली बहीण तुकाबाई ही शहाजीराजांना दिली. एकोजीराजे हे त्यांचेच पुत्र. अशा तऱ्हेने मोहिते घराण्याचा भोसले घराण्याशी पहिला सोयरसंबंध झाला.

मोहिते घराण्याची वंशावळ[२]

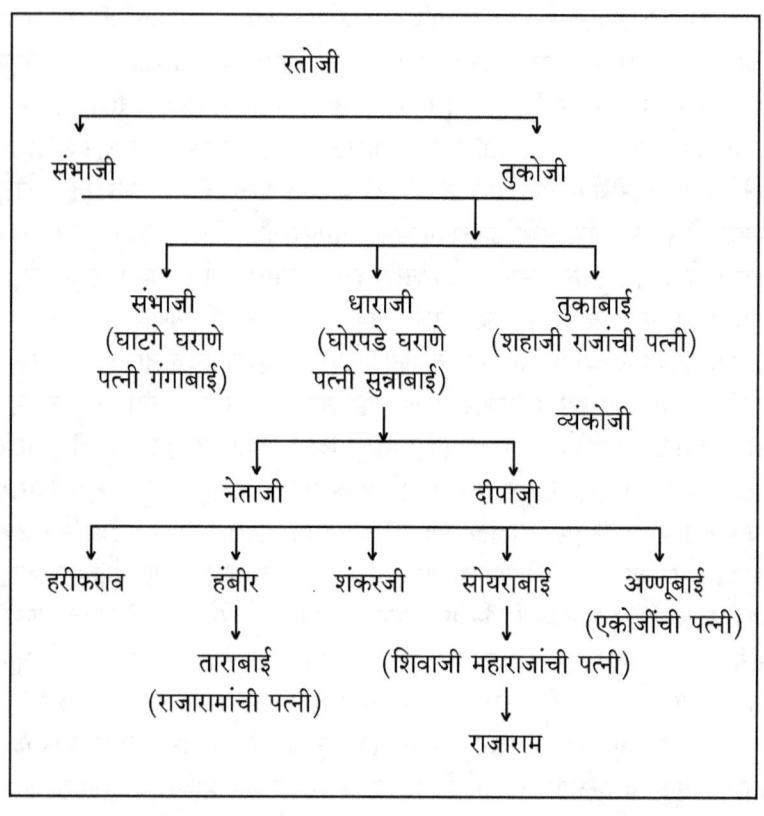

तुकाबाईचे वर्णन देवदत्त व गोविंद लिखित अनुपुराण मधे (परमानन्दकाव्यम्) केले आहे ते पुढीलप्रमाणे -

१. *तद्राज्ञो रजनीकरस्य ललिते ज्योत्स्नेव शोभावहे*
द्वे भार्ये सुबभूवतुः शुभगुणे शोणाधरे शोभने ।
तत्राद्याऽभवदादराद्यदुकुलोत्तंसा जिजाम्बाभिधा
त्वन्या तन्महितान्ववायमहिता ख्याता तुकाम्बा तथा ।। (अध्याय १.१८)

याचा अर्थ असा की, चंद्राप्रमाणे आल्हाददायक असलेल्या त्या राजाला चांदण्याप्रमाणे शोभणाऱ्या शुभ गुणांच्या, लाल ओठ असलेल्या, सुंदर आणि चतुर अशा दोन भार्या होत्या. पहिली - जाधवकुलातील आदरणीय अशी जिजाई नावाची आणि दुसरी ख्यातनाम अशा मोहिते कुलातील तुकाम्बा (तुकाबाई)[७].

२. *ज्येष्ठा श्रेष्ठगुणैर्युता सुरसरित्साधारणी धोरणी*
नान्मान्यत्र कनिष्ठतानुलसती निष्ठा कनिष्ठा क्वचित् ।
मुख्ये स्त्रीजनमण्डने नरपते राज्ञ्यावुभे निर्वृते
मुख्यापेक्षतया ययोरतितरामाज्ञा नरीनृत्यति ।। (अध्याय १.२०)

याचा अर्थ असा की, जेष्ठा (जिजाऊ) ही गंगेसारखी स्थिर गती असलेली, श्रेष्ठ गुण असलेली, तर दुसरी जरी कनिष्ठ असली तरी धोरणी अशी (तुकाबाई). या दोघी सारख्याच श्रेष्ठ प्रकारच्या अशा आणि स्त्रीजनांना भूषणभूत झालेल्या अशा शहाजीराजांस वाटल्या. महत्त्वाच्या बाबतीत दोघींच्याही आज्ञा झरझर चालत असत. (पटकन मानल्या जात असत.) हंबीरराव हे शिवाजीराजांचे मेव्हणे (सोयराबाईंचे भाऊ), व्याही, (हंबीरराव कन्या ताराबाई - राजारामपत्नी) आणि हंबीरराव व्यंकोजीराजांचे आत्तेभाऊ (तुकाबाईंचे पुत्र), आणि व्यंकोजीराजांचे मेव्हणे (हंबीररावांची बहीण अण्णूबाई ही व्यंकोजी राजांची पत्नी)

संभाजी व धारोजी हे दोघेही अतिशय पराक्रमी होते. इ.स. १६५२ साली शहाजीराजांनी संभाजी मोहित्यांना आपल्या पुणे जहागिरीतील सुपे परगण्याचा सरहवालदार म्हणून नेमले. पुढे शिवाजीराजांनी पुणे जहागिरीचे प्रशासन करण्यास सांगितले. शिवाजीराजांनी त्या माध्यमातून आपल्या वडिलांच्या स्वराज्यनिर्मितीच्या स्वप्नांची पूर्तता करण्यास प्रारंभ केला. या कार्यात गुंजणमावळचे शिळीमकर देशमुख, मोसे खोऱ्याचे

बाजी पासलकर, कारीचे कान्होजी जेधे, हिरडस मावळचे बांदल, कानंद खोऱ्याचे झुंजारराव मरळ-देशमुख ही मोठी वतनदार व देशमुख मंडळी तसेच गोदाजी जगताप, भिमाजी वाघ, संभाजी काटे, शिवाजी इंगळे, भिकाजी चोर, भैरोजी चोर, कावजी मल्हार आणि शामराव नीळकंठ पेशवे, दादाजी नरसप्रभू, बाळकृष्णपंत मुजुमदार, नारोपंत, सोनाजीपंत, रघुनाथ बल्लाळ सबनीस आणि दादोजी कोंडदेव यांसारखी अनेक माणसे शिवाजीराजांच्या पाठीशी उभी राहिली.

शिवाजीमहाराजांनी जावळीच्या चंद्रराव मोऱ्याचे पारिपत्य केले (१५ जानेवारी १६५६) आणि रायरी किल्ला आपल्या ताब्यात घेतला. ६ एप्रिल १६५६ त्याचे नाव रायगड हे केले. तोरणा उर्फ प्रचंडगड, रोहिडा उर्फ विचित्रगड, चाकण उर्फ संग्रामदुर्ग हे किल्ले स्वराज्यात आले. असे स्वराज्याचे स्वप्न साकार होत असतानाच शिवाजीराजांचे मोठे बंधू शंभूराजे अफजलखानाच्या दगाबाजीमुळे कनकगिरीच्या वेढ्यात मारले गेले. (इ.स. १६५६) महाराजांना अतिशय दु:ख झाले. याच सुमारास प्रतापगड किल्ल्याच्या बांधकामाचे काम मोरोपंत पिंगळे, अर्जोजी यादव करीत होते आणि राजगड दुरुस्तीचेही काम चालू होते. अशी स्वराज्याची इमारत उभी राहात असताना सुप्याच्या गढीत राहाणारे संभाजी मोहिते म्हणजे शिवाजीराजांचे सावत्र मामा सरहवालदारी पदावरून कारभार पाहात होते. त्यांच्याकडे पुरंदर किल्ल्याची किल्लेदारीपण होती. इ.स. १६५४ मध्ये महाराजांनी ही किल्लेदारी नेताजी पालकरांच्याकडे सोपविली. मोहितेमामा हे जुलमी, रगेल, लाचखाऊ अशा वृत्तीचे असल्यामुळे महाराजांच्या मर्जीतून उतरले होते. सुपे परगणा हा एक अत्यंत महत्त्वाचा परगणा असल्यामुळे आणि विजापूरकरांकडून आज ना उद्या स्वराज्याला धोका निर्माण होईल या भीतीमुळे या परगण्यावर अतिशय प्रामाणिक आणि निष्ठावंत अधिकारी असणे गरजेचे होते. संभाजी मोहिते हे शिवाजीराजांना जुमानीत नसत. महाराजांनी त्यांना कळविले की, 'आपली पागा घेऊन आपण पुणे मुक्कामी यावे'; पण हे पत्र घेऊन येणाऱ्या जासुदासमोर उद्धटपणे ते म्हणाले, 'शहाजीराजे असताना हे कोण मालक हुकूम करितात आणि राज्यात पुंडावे करून ठाणी वसवितात ? हे राजांचे प्रतिष्ठेवरी निभावले होते. याउपरी फैल केला तरी राजांची शोभा रहाणार नाही आणि तेही प्राणेकरून वाचणार नाहीत. काही आपले पायाकडे पाहून करावे' ![८] महाराजांना ही बात समजली. त्यांना अतिशय दु:ख झाले. मामा हे शिवाजीराजांचे मेव्हणे आणि व्याहीपण होते. त्यांची अण्णूबाई ही मुलगी व्यंकोजीराजांना दिली होती. त्यामुळे आपणास कोणीही जाब विचारू शकणार नाही, या घमेंडीत ते होते. इ.स. १६५६ च्या आश्विन महिन्यात दसऱ्याच्या सीमोल्लंघनानंतर आश्विन वद्यपक्षी राजांनी सुपे घेतले. संभाजी मोहिते धरीले.[९] त्यांच्या गढीत ३०० घोडे, कापडचोपड आणि बरेच धन होते. २४ सप्टेंबर १६५६ रोजी हे सर्व

महाराजांच्या हातात आले. मोहितेमामा कर्नाटकात निघून गेले. सुप्यावर यादव सिद्धनाथ हवालदार व चोंडाजी व येसाजी गणेश अत्रे हवालदार यांना नेमले.[१०]

सभासद[११] म्हणतो, 'मग सुपेमहाल येथे कोणे एके जागा संभाजी मोहिता म्हणून सावत्र आईचा भाऊ, मामा होता. तो महाराजांनी महालावरी ठेविला होता. त्याचे भेटीस सिमग्याचे सणास पोस्त मागावयास म्हणून गेले. मामांस कैद करूनी ठेविले. त्याचे ३०० घोडे पागेचे होते व द्रव्यही बहूत होते. वस्तभाव (साऱ्या वस्तू, मालमत्ता), कापड हस्तगत करून सुपे देश साधिला.'

संभाजी आणि धारोजी मोहिते हे अत्यंत धाडसी, शूर आणि पराक्रमी होते. त्यांनी आदिलशाहीत केलेल्या पराक्रमासंदर्भातील काही कागदपत्रे उपलब्ध आहेत. संभाजी मोहित्यांना ३ पुत्र होते. हारिफराव, हंबीरराव आणि शंकराजी. आणि दोन कन्या – सोयराबाई व अण्णूबाई. सोयराबाईंचा विवाह शिवाजीराजांशी झाला व अण्णूबाईंचा विवाह व्यंकोजीराजांशी झाला.

हंबीरराव हे शिवाजीमहाराजांच्या कामगिरीत त्यानंतर दाखल झाले असावेत असे म्हणण्यास हरकत नाही.

मोहिते घराण्यातील पराक्रमासंबंधीची पत्रे

(१)

इ. स. १६२६-२७

शहाजी भोसले सरलष्कर यांचे विनंतीवरून संभाजी व धारोजी मोहिते यांना कर्यात तळबीड व बालेघाट येथील देशगत दिल्याबद्दल फर्मानाचा उल्लेख. सदर कागद सन सबा अशरीन व अलफ (इ. स. १६२६ – २७) चा असून अस्सल आहे. त्यातील मजकूर फारशी व मोडी लिपीत दिला आहे. अशाच मजकुराचा मोडी लिपीतील कागद सापडला, त्याचे लिप्यंतर पुढे दिले आहे.

+ + + शहाजी भोसले सरलष्कर यानी पादशाही हुजुरास अर्ज केला की देशगत कर्यात तलबीड व कर्यात बालेघाट किल्ले मजकूर पुरुष दरपुरूष मिरास संबाजी व धारोजी मार हली देशगत मजकूर रिकामी पडली आहे. कोणी येक मनुष्य त्या जाग्यावर नाही. पादशहाचा फर्मान + + देशात + + पूर्वीप्रमाणे संबाजी व धारुजी मोहिते मुकरर करून + + दुमाला उभयता याजकडून + + घेत जावे. सरलस्कराचे विनंतीवरून अयनाली नकल दप्तरी दाखल करून असल परत द्यावे. पादशहाचे हुकुमावरून चालावे. सिका करून + + + +

ताराबाईकालीन कागदपत्रे, खंड १, पृ. २४
संपादक – डॉ. आप्पासाहेब पवार, शिवाजी विद्यापीठ, कोल्हापूर

(२)

दि. ३०-४-१६३७

धारोजी मोहिते यानी प्राण पणास लावून राजसेवा केल्याचा उल्लेख.

सर्व मुलुक ईश्वराचा आहे

मोहर तालीक

राजश्री धारोजीराजे मोहिते यासी आज्ञा केली ऐसीजे. तुम्ही पादषाही आत्यंत कृपेने व पादषाही मेहर्बानगी व योग्यता वाढविण्याने श्रेष्ठता व थोरपणा पावोन जाणावे की हाली संभावितपणाची आहे रहाणी ज्याची व शूरत्वाचे आहे चिन्ह ज्यास व श्रेष्ठ आहे स्थान व योग्यता ज्याची व अत्यंत कृपा करावयास योग्य व उपकार व प्रीती करण्यास पात्र असे जे आंबरखान नबल्ली याणी सर्व जालेला मार लिहिला की धारोजी राजे मोहिते याणी स्वामीसेवेस प्राण अर्पण करावा अशा प्रकारची सेवा करण्यात किंचितही आंतर केले नाही व धण्याचे चाकरीत जीव खर्च करावा यदर्थी काहीयेक बारीक विचार मनात न आणिता आंतर न करिता स्वामीसेवा करून दाखविली म्हणून लिहिले ते जाहीर जाले. त्याजवरून तुम्हास हे आज्ञापत्र सादर केले असे. तरी तुम्ही सत्य जाणावे की ही शेवा स्वामीचे मनोदयानुरूप तुम्ही केली. या उत्तम शेवेचे फळ दिवसेदिवस तुम्हास आदीक प्राप्त होऊन तुमची योग्यता वाढविली जाईल.
ताा. १४, माहे जिल्हेज, सन १०४६

ताराबाईकालीन कागदपत्रे, खंड १, पृ. ३४
संपादक – डॉ. आप्पासाहेब पवार, शिवाजी विद्यापीठ, कोल्हापूर

(३)

दि. १३-१-१६६२

मजहर नेताजी आणि दिपाजी मोहिते व हरीफराव, हंबीरराव आणि शंकरजी मोहिते, या मोहिते घराण्याच्या दोन शाखांमध्ये झालेल्या वाटणीचा मजहर. (नेताजी पालकरांचा हंबीररावांशी संबंध)

महाजर व तेरीख छ २ माहे जमादिलाखर सु ।। इसने सितैन अलफ. बी हुजूर हाजीर मजालसी यानी बि ।।

राजमुद्रा

गंगाराम पंडित
नामजाद देहाये तर्फे
पडळी
(फारशी अष्टकोनी शिक्का)

तिमाजी गिरमाजी पंडित
मजमुदार
रुजु सुद
रघो केशव पंत
निघावने (?)

अतो नरसिंहपंत
हुदेदार, क ।। तलबीड
(अष्टकोनी फारशी शिक्का)

गिविद बाबाजी
निसिदे क ।। तलबीड

गावगना मोकदमानी

विटोजी पटेल
मौजे कोणेगवाण
(निशाणी नांगर)

वणजी सदनसीव
मोकदम मौजे घोणसी
(निशाणी नांगर)

नरसोजी पटेल
मौजे सिरवडे
(निशाणी नांगर)

रंभाजी पटेल
मौजे तासवडे
(निशाणी नांगर)

बोलिले जे आपण वडील भावाचा लेक. आपण हिंगणगादे इनामाचे गाव घेईन व सिका आपण करीन. वरकड तकसीम निमे वाटून देईन. त्यावरी गोत नाईक बोलिले की जोड व्रिती देणे. पातशाचे दोघासी मऱ्हामत केली तोफा घेतला तो दोघानी दिल्हा. जे वख्ती इनाम दिल्हा ते वख्ती इनामाचे गाव नव्हता. त्यावरी पादसाई यापासून देसमुखीस इनाम हिंगणगादे करून घेतले ते आपण न दिल्यावरी सभानाईक बोलिले की वडीलाचे व्रितीवरी पैदा केले ते दोनी ठाई घेवे. त्यावरी संक्राजीराजे कबूल न करीत. मग सभानाईकानी तह दिल्हा ते जोड व्रिती आहे. पडिले पान दोघानी वाटू घेवे. त्यावरी शंकराजीराजे यानी मशाखत करून व्रितीवरी गाव इनाम करून घेतला. अजी सबब मौजे मजकुरीचे तीन तकसीमा करून गोत नाईकी शंकराजीराजे यास दोनी तकसीमा देविले. तिसरे तकसीम नेताजीराजे यास व दिपाजीराजे यास देविले व गावीचे राबिता वेगारी व अडीफाली व सेवाधार शंकराजी राज्यांस द्यावे. वरकड गाव बी।। तकसीमा दोनी तकसीमा शंकराजीराज्यांनी घ्यावे. येक तकसीम नेताजीराजे यांनी व दिपाजीराज्यांनी घ्यावे व देशमुखीचे सिके दोघांनी करावे. विलायत व कसबा बराबरी दो ठाई वाटून तारेतार खावे. दोनी तर्फा करून घेवे. अधी सिका व पान व तश्रीफ शंकराजीराजे यांनी घ्यावे. मागून सिका नेताजीराजे यांनी करावे व पान व तश्रीफ मागून नेताजीराजांनी व दिपाजीराजांनी घेवे. मौजे हिंगणगादेचे तपसील सदरहू लिहिलेप्रमाणे खावे व बाजे देशमुखीचे हक लाजीमा इनाम व बाजेबाब पडिले पान निसबत देशमुखी तारेतार दोनी ठाई खाऊन विलाकुसूर असोन दिवाण नफराई करून दोघांनी सुखे असावे. या खेरीज देसमुखीची गावे गेली आहेत ती दोघांनी साधून घेवे. जो कोणी मदत न करी त्यास व्रितीसी समंध नाही. व्रितीवरी जे काही नवी जोडी साधितील ते दोघांनी बराबरी वाटून घेवे व वडीलाचे व्रितीखेरीज जेथें व्रिती साधून घेतील ते आपले आपण घेवे. कसबे तलबीडीचे पटेलगीचे नगर हरीपरायाने करावे. नि।। संबाजीराजे. नागरास मान बेगारी व सेवधार व पाने व पडि दर पडि (?) घेवे. वरकड पडिले पान दोनी ठाई वाटून खावे. हा जाहाला माहाजर सही. वली १०६ येकसे साहा.

ताराबाईकालीन कागदपत्रे, खंड १, पृ. ४४, ४५, ४६,
संपादक – डॉ. आप्पासाहेब पवार, शिवाजी विद्यापीठ, कोल्हापूर

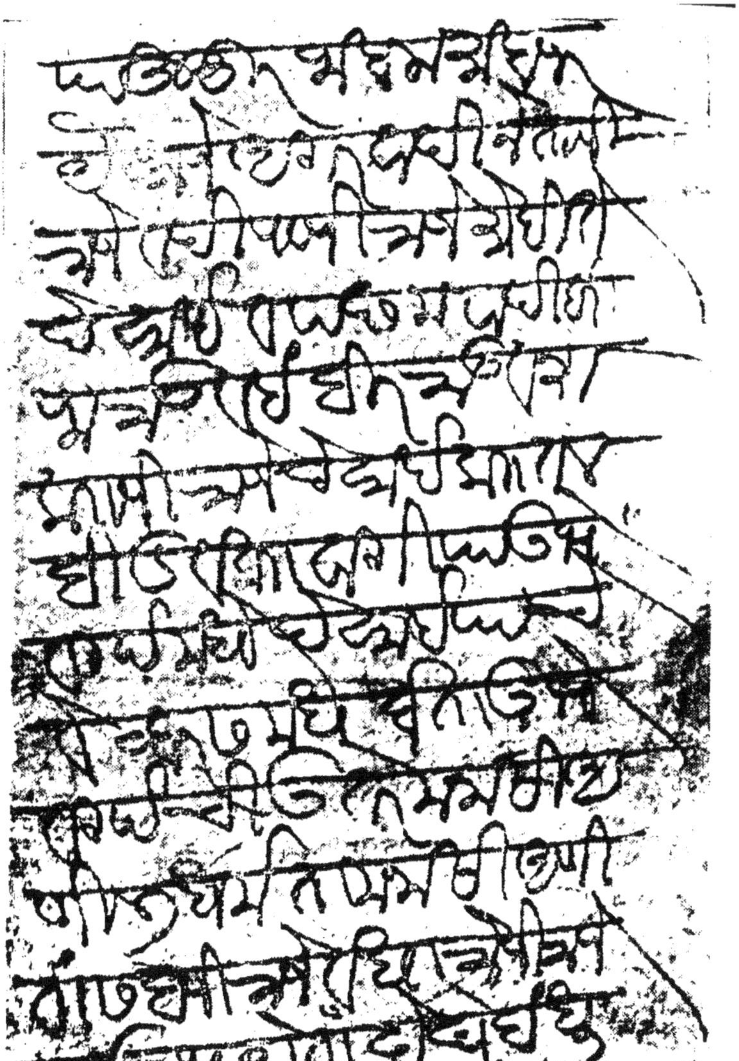

संदर्भटिपा

१. भी. रा. कुलकर्णी   सं. सभासद बखर

२. वैद्य, चिं. वि.   शिवाजी निबंधावली पृ. ५६, ५७

३. पवार, जयसिंगराव   महाराणी ताराबाई पृ. ३, ४

४. देशमुख, विजय   शतकर्ते शिवराय पृ. १३५

५. सं. पवार, आप्पासो   ताराबाईकालीन कागदपत्रे, खंड – १

६. पवार, जयसिंगराव   महाराणी ताराबाई पृ. ६

७. सं. गो. स. सरदेसाई   परमानन्दकाव्यम् पृ. ३, १/१८, २०

८. नंदुरबारकर, पां. रा.   शिवदिग्विजय बखर पृ. ११९
    ल. रा. दांडेकर

९. सोवनी, अविनाश   ऐतिहासिक शकावल्या

१०. सं. भा.इ.सं.मं. पुणे   राजवाडे खंड २०, पृ. ७१
    (मराठ्यांच्या इतिहासाची साधने)

११. सं. कुलकर्णी, भीमराव   सभासद बखर

२. हंबीररावांचे बालपण–लग्न–सेनापतिपदप्राप्ती

हंबीररावांचे बालपण कदाचित सुप्याच्या गढीत किंवा कर्नाटकात गेले असावे. वडील अतिशय पराक्रमी असल्याने तो वारसा त्यांना लाभला. तत्कालीन सरदार घराण्यातील सरदारपुत्रांना शिक्षण देण्यासाठी लष्करातील नामांकित सैनिक आणि पंडित मंडळी ठेवली जात असत. बालपणी हंबीररावांना अतिशय चांगल्या पद्धतीने लष्करी शिक्षण मिळाले असावे. सचोटी, प्रामाणिकपणा, स्वामिनिष्ठा हे गुण त्यांच्यात आले होते. त्यांचे लग्न कधी झाले, त्यांची पत्नी कोणत्या घराण्यातील होती, या संदर्भात अजून तरी साधने उपलब्ध नाहीत. परंतु रागरागिणी ताराराणी ही त्यांची कन्या होती आणि तिने पुढे आठ वर्षे औरंगजेबाशी जो प्रखर सामना दिला याचा विचार केला तर हंबीररावांच्या पत्नी यासुद्धा एखाद्या मातब्बर सरदार घराण्यातल्या असाव्यात असे ठामपणे म्हणता येईल.

सेनापतिपदाची प्राप्ती

हंबीरराव मोहिते यांच्यापूर्वी तीन सेनापतींनी स्वराज्याची कामगिरी केली. शहाजीराजांनी बालपणी शिवाजीराजांना बंगळूरहून पुण्याकडे रवाना करताना पुणे परगण्याचा कारभार करण्यासाठी काही महत्त्वाच्या असामी पाठविल्या. त्यांत माणकोजी दहातोंडे, शामराव नीळकंठ रांजेकर पेशवा, कृष्णाजीपंत हणमंते – मुजुमदार, सोनोपंत विश्वासराव डबीर, रघुनाथ बल्लाळराव अत्रे – सबनीस, बाळाजी हरी – मज्जालसी आणि नारोबल्लाळ या आसामी आणि स्वतंत्र ध्वज इत्यादी.[२] नंतर माणकोजी दहातोंडे निवृत्त झाल्यावर सरनौबतपदावर इ.स. १६५९ मध्ये नेताजी पालकर यांना नियुक्त केले. १६५९ मधील अफजलखान भेटीचा प्रसंग, सिद्दी जौहरचा पन्हाळ्याचा वेढा, (१६६०) शाइस्तेखानावरील छापा, (१६६३) मोगल आणि विजापूरच्या आदिलशाहीशी झालेले अनेक युद्धप्रसंग, मोगलाई ते गंगातीर, मावळ, तळकोकण, आदिलशाही प्रदेश येथे शत्रूंशी निकराची झुंज देऊन, खंडणी गोळा करून, स्वराज्याचा खजिना भरण्यास सदैव जिवाचे रान करणारा नेताजी पालकर पुरंदरच्या तहानंतर महाराजांना पारखा झाला. (१६६६) शिवाजीमहाराजांनी विजापूरकरांकडील पन्हाळगड काबीज करण्याच्या हेतूने मोहीम आखली व पन्हाळगडाला वेढा घातला त्यावेळी नेताजी पालकर वेळेवर पोहोचले नाहीत. तेव्हा महाराजांनी त्यांना, 'समयास कैसा पावला नाहीस ?' म्हणून शब्द लावून

सरनौबतीवरून दूर करून राजगडाची सरनौबती कुडतोजी गुजर म्हणून होता त्याचे नावे करून 'प्रतापराव' नाव ठेविले. आणि सरनौबती दिधली.(३)

प्रतापराव गुजर

शिवाजीमहाराजांनी औरंगजेबाच्या मुलखातील किल्ले आणि प्रदेश जिंकण्यास सुरुवात केली तेव्हा औरंगजेबाने आपला राजपूत सरदार मोहकमसिंग याला दहा हजार सैन्यानिशी महाराजांवर पाठविले. कुडतोजी गुजर यास वीस हजार सैन्यानिशी मोहकमसिंगाशी सामना देण्यास पाठविले. अहमदनगर येथे युद्ध होऊन मोहकमसिंग मारला गेला. कुडतोजीला पुष्कळ खजिना आणि दहा हजार घोडे मिळाले. बखरकार म्हणतो, 'कर्ण, अर्जुन एकमेकांचे प्राण घ्यावयास उदीत तद्वत प्रतापराव व मोहकमसिंग या उभयतांची लढाई झाली.'(४)

संभाजी कावजी हा एक अत्यंत शक्तिशाली असा शिलेदार होता. घोड्याचे पाय धरून अलगद घोड्याला उचलून घेणारा असे त्याचे वर्णन केले जात असे. शिरवळ-बेलदार-पुरंदर लढाई (१६४८ सुमार) चंद्रराव मोरे (१६५६) आणि अफजलखान (१६५९) यांचे वेळी त्याने अतिशय जोखमीची कामगिरी केली होती. पुढे काहीतरी कारणाने तो शाइस्तेखानाकडे फितूर झाला आणि महाराजांना पारखा झाला. कुडतोजीने त्याला दिनांक २४ एप्रिल १६६० (शके १५८२ वैशाख शु. १०) या दिवशी ठार केले.(५)

शाइस्तेखानाच्या छाप्यानंतर दुसऱ्या दिवशी मोगलांनी सिंहगडावर आक्रमण केले. (एप्रिल १६६३) त्यावेळी मोगल सैन्य जवळ येईपर्यंत मराठे शांत राहिले आणि अचानक त्यांच्यावर गोळ्यांचा वर्षाव केला. त्यावेळी नेताजी पालकर याने मागून येऊन मोगल सैन्याची दाणादाण उडविली व त्यांचा पाठलाग केला.

औरंगजेबाच्या ३० सप्टेंबर १६६४ रोजी असलेल्या वाढदिवसादिवशी मिर्झाराजा जयसिंग यास औरंगजेबाने शिवाजीमहाराजांच्यावर स्वारी करण्यासाठी दक्षिणेत पाठविले. त्याला ठार करण्याची जबाबदारी कुडतोजीवर महाराजांनी टाकली. ही कामगिरी स्वबलिदानाची होती. त्याच्या मृत्यूनंतर त्याच्या कुटुंबाची जबाबदारी महाराजांनी घेतली. ठरल्याप्रमाणे तो जयसिंहाच्या छावणीत मुजरा करण्यासाठी जात होता. तोच त्याला पहारेकऱ्यांनी पकडले आणि बेदम चोप देऊन जयसिंहासमोर उभे केले. खरे बोलल्यामुळे मिर्झाराजांनी त्याला वरले आणि घोडा देऊन परत पाठविले.(६)

नेताजी पालकर यांच्या गैरहजेरीत कुडतोजी यास सेनापतिपदाचा पदभार सांभाळावा लागत असे.

महाराजांच्या आग्र्याच्या प्रसंगी कुडतोजी त्यांच्या बरोबर होते. असे एक मत आहे. पुढे संभाजीराजांबरोबर शहाजाद्याच्या भेटीस त्यांनाच पाठविले होते. (ऑक्टोबर १६६७) [७] नेताजी पालकर यांना दूर करून त्यांना 'प्रतापराव' ही पदवी देऊन सरनौबती दिली. नंतर त्यांनी आपल्या पराक्रमाचा डोंगर उभा केला. पुढे बहलोलखानाला हरवून सोडून दिल्याबद्दल महाराजांची इतराजी झाली. 'तुम्ही लष्कर घेऊन जावून बेहेलोलखान येतो यांसी गाठ घालून बुडवून फत्ते करणे नाहीतर तोंड न दाखविणे.' असे महाराज म्हणाले आणि प्रतापरावांनी नेसरीच्या खिंडीत बेहेलोलखानाला गाठले. पण ते पडले. माघ वद्य चतुर्दशी, महाशिवरात्र, २४ मे १६७४. [८]

हंबीरराव सरसेनापतिपदावर

सभासद म्हणतो, "सरनौबत कोण करावा. प्रतापराव पडले ही खबर राजियांनी एकून बहुत कष्टी झाले आणि बोलिले की, आज एक बाजू पडली. प्रतापराव यास आपण लेहून पाठविले की, फत्ते न करिता तोंड दाखवू नये. त्यासारिखे करून बरे म्हणविले. आता लष्करचा बंद कैसा होतो ? सरनौबत कोण करावा ? अशी तजवीज करून आपण खासा लष्करात येऊन लष्कर घेऊन कोकणात चिपळूण जागा परशुरामाचे क्षेत्र आहे तेथे येऊन राहिले. मग लष्करची पाहाणी करून लहानथोर लष्करास व पायदळ लोकांस खजिना फोडून वाटणी केली आणि सरनौबतीस माणूस पाहाता हंसाजी मोहिते म्हणून पागेमध्ये जुमला होता. बरा शहाणा, मर्दाना, सबुरीचा, चौकस शिपाई मोठा धारकरी पाहून त्यास 'हंबीरराव' नाव किताबती देऊन सरनौबती सांगितली. कुल लष्करचा गाहा करून हंबीरराव यांचे ताबीज दिधले आणि फौज (सुद्धां) वरघटी रवाना केला..."

शिवछत्रपतींच्या ९१ कलमी बखरीत – बखर कलम ७१ मध्ये यातील रणमस्तखान हे नाव चुकीचे आहे. त्याऐवजी बहलोलखान हे नाव योग्य आहे. याची नोंद अशी आहे की, "याउप्पर रणमस्तखान चालोन कोल्हापूर प्रांते आला. प्रतापराऊ गुजर सेनापती फौजेसी युधास गेले. युध्य जाले. गोला लागोन प्रतापराऊ सेनापती पडिले. त्याउप्पर रायगडी हंबीरराव मोहिते त्यास सेनापती जाले...."

मल्हार रामराव चिटणीस सप्तप्रकरणात्मक चरित्र यात म्हणतो, "सर्व सांभाळून महाराजांचे प्रतापे रायगडी आले. महाराजांनी वस्त्रे, भूषणे देऊन फारच नावाजीस हंबीरी केली म्हणून 'हंबीरराव' ऐसा किताब दिल्हा आणि सरनौबती त्याजलाच करार करून वस्त्रे दिल्ही."[९]

"माघ वद्य ५ गुरुवारी शके १५९६ राजेश्री संभाजीराजे यांची मुंज झाली. (४ फे १६७५) चैत्र शु.१३ चिपळोणात लष्कराची पाहाणी केली आणि राजश्री हंबीरराव

मोहिते यास सरनौबती दिली.'' वरील नोंदीत राज्याभिषेकानंतरची तिथी दिली आहे. वस्तुत: राज्याभिषेकप्रसंगी हंबीरराव हे सरनौबत म्हणून उभे होते. सभासदाने, 'हंबीरराव हा पागेमध्ये जुमला म्हणजे शे-दीडशे तुकड्यांचा अधिकारी होता,' असे म्हटले आहे. त्याजबरोबर तो 'अतिशय सुज्ञ, मर्द, मोठा धारकरी, चौकस वृत्तीचा आणि सबूरीचा' असा शिपाई असल्याचे म्हटले आहे. ज्या अर्थी शिवाजीमहाराजांनी शे-दीडशे तुकड्यांवरील एका लहान अधिकाऱ्याला एवढे उच्च पद दिले, त्या अर्थी तो लहान धारकरी असूनसुद्धा त्याच्याकडून एखादी बहुमोल कामगिरी घडली असली पाहिजे. एका फारसी कागदपत्रात अशी नोंद आहे की, ''हंबीरराव मोहिते याने जाधवरावाच्या वकिलामार्फत मुल्हेर गडावरील मुघल अधिकारी नेकनामखान याच्याकडे अर्ज पाठविला की, आपल्याला पातशाही सेवेमध्ये घेण्याबद्दल औरंगजेबाकडे शिफारस करावी. त्याचा अर्ज वाचून नेकनामखान मुल्हेर किल्ल्याच्या माचीवरून खाली आला आणि त्या किल्ल्याजवळ असलेल्या हंबीररावाकडे गेला. हंबीररावांचे म्हणणे ऐकून घेऊन आणि त्याला बरोबर घेऊन खान मुल्हेरगडाच्या आसपास तळ ठोकून बसलेल्या दाऊदखानाच्या गोटात दाखल झाला. 'हंबीररावास पादशाही सेवेत रुजू करून घ्यावे,' अशी आपली शिफारस औरंगजेबास कळविण्यास दाऊदखानास सांगितले. मग हंबीरराव बादशाही हुकुमाची वाट पाहात मुल्हेरगडाजवळील दाऊतखानच्या लष्करात राहिला. त्याच्या अर्जावर औरंगजेबाचा हुकूम झाला की, 'हंबीरराव जेथे आहे तेथेच त्याला ठेवावे.[१०] हा अन्य कुणी हंबीरराव आहे का ही शंका येते. तथापि साल्हेर किल्ला जिंकल्यानंतर मुल्हेरगड अजून स्वराज्यात यावयाचा होता. तो मुघलांकडून जाऊ न देण्यासाठी दाऊदखान आणि नेकनामखान झटत होते. हा गड खानांकडून तडजोडीने घ्यावा किंवा तेथे जाऊन काही हेरगिरी करून माहिती मिळवावी या हेतूने हंबीररावाने वरील नाटक रचिले असावे. दुसऱ्यांदा सुरत लुटल्यानंतर महाराज पेठ बागलाण मार्गे मुल्हेरला गेले होते. दाऊदखानाला शहजादा मुअज्जम याने बुऱ्हाणपुरहून शिवाजीचा बीमोड करण्यास पाठविले. त्याच्या बरोबर इतर अनेक सरदार होते तसेच तारीखे दिलकुशाचा लेखक भीमसेन सक्सेना हादेखील होता.

दाऊदखानाचा तळ वैजापूर येथे पडला. तेथे हेरांकडून बातमी समजली की, महाराज सुरतेहून थेट मुल्हेरपर्यंत आले आहेत. मुल्हेर उर्फ औरंगगड येथील बाजारपेठ त्यांनी लुटली. किल्लेदार मुल्हेरच्या किल्ल्यात दडून बसला होता. महाराजांनी त्याला वेढा घातला. मुल्हेरला महाराजांच्या हेरांनी बातमी आणली की, मोगल सैन्य त्यांच्यावर चालून येत आहे. त्यामुळे मुल्हेरचा वेढा उठवून महाराज पुढे निघाले (शककर्ते शिवराय - विजय देशमुख - खंड २ पृ. ७५४, ५५) याच मोहिमेत हेरगिरीचे अतिशय जोखमीचे काम

हंबीररावाने केले असावे आणि ही गोष्ट लक्षात ठेवून महाराजांनी या लहान परंतु महान कामगिरी करणाऱ्या शहाण्या आणि चौकस जुमलेदाराला सरसेनापतिपद दिले असावे.

महात्मा जोतीराव फुले यांनी लिहिलेल्या शिवाजीचा पवाडा या पोवाड्यात हंबीरराव सरनौबत झाल्याचे वर्णन केले आहे –

प्रतापराव पडतां मोड फौजेचा झाला। पाठलाग मराठ्याचा केला।। तोफ गोळ्या पोटीं दडती भिडती पन्हळ्याला। गेले नाहीं शरण शत्रुला।। अकस्मात हंसाजी मोहिता प्रसंगी आला। हल्ला शत्रुवर केला।। गुजर दल मागें फिरून मारी यवनाला। पळीवलें विजापुरला।। शिवाजीने हंसाजीला सरनौबत केला। मोन अधिकार दिला।। हंबिरराव पद जोडलें त्याच्या नांवाला। शिवाजी मनीं सुखी झाला।।[११]

शिवराज्याभिषेक आणि सरसेनापतिपद

दिनांक ८ एप्रिल १६७४ रोजी महाराज लष्कराची पाहणी करण्यासाठी चिपळूणला गेले. लष्कराची पाहणी करून लष्करास व पायदळ लोकांस खजिना फोडून महाराजांनी वाटणी केली. याचवेळी चालू वर्षाचा खर्डा ठरवून लष्कराच्या छावण्यात नव्या नेमणुका करून टाकल्या. सरनौबतीची वस्त्रे हंसाजी मोहिते हंबीरराव यांना दिली. (जेधे शकावली, दफ्तरी यादी) चिपळूणला महाराज महिनाभर राहिले. त्याचवेळी मराठ्यांनी सुलतानढवा करून वाईजवळील केंजळगड जिंकला. (२४ एप्रिल १६७४) यावेळी या लढाईत हंबीरराव मोहिते असावेत. पावसाळी छावणीसाठी मराठी सेना चिपळूणहून हलवर्ण येथे गेली. श्रीपरशुरामांचे दर्शन घेऊन महाराज रायगडास परतले. (राजवाडे खंड ८, लेख २८)

रायगड राज्याभिषेकाच्या तयारीने सजला जात होता. बत्तीस मण वजनाचे सुवर्णसिंहासन सिद्ध झाले. आनंदनामसंवत्सराच्या ज्येष्ठ शु. त्रयोदशी (शनिवार, दि. ६ जून सन १६७४) पहाटे ५ वा. राजांच्या मस्तकी अभिषेकधारा पडल्या. अभिषेक-विधीप्रसंगी अभिषेकधारा धरण्यासाठी महाराजांचे सर्व अधिकारी उपस्थित होते. जडावाचा कमरपट्टा लेऊन सोयराबाई राणीसाहेब शंभूराजांसह सुवर्णसिंहासनावर बसल्या होत्या. अष्टदिशांना अष्टखांबी अष्टप्रधान कलश धारण करून उभे होते. पूर्वेस घृतपूर्ण कलश धारण केलेले पेशवे पंतप्रधान मोरोपंत पिंगळे, आग्नेयेस छत्र धरून अनाजीपंत सचिव उभे होते. दक्षिणेस सेनापती हंबीरराव मोहिते दुग्धपूर्ण रौप्यकलश घेऊन उभे होते. तर नैर्ऋत्य दिशेस त्र्यंबकपंत सुमंत व्यजन धारण करून उभे होते. पश्चिमेस रामचंद्रपंत अमात्य दधिपूर्ण ताम्रकलश घेऊन उभे होते. तर वायव्येस दत्ताजीपंत मंत्री मोर्चेल घेऊन उभे होते. उत्तरेस मोरेश्वर पंडितराव मधुपूर्ण कलश घेऊन, तर ईशान्येस नीराजीपंत न्यायाधीश मोर्चेल

घेऊन उभे होते. महाराजांच्या उजव्या हाताला बाळाजी आवजी चिटणीस, तर डावीकडे चिमणाजी आवजी नम्रतापूर्वक उभे होते.

याच वेळी युवराज आणि प्रधान मंडळातील व्यक्तींना कोणत्या वस्तू व वस्त्रे द्यावयाची हे ठरले होते. प्रधान आणि सेनापती यांना युवराजाप्रमाणे सन्मानित करावे असे ठरले. मंदील, चादर, पटका, किनखाफठाण, महमुदीठाण अशी एकूण पाच भरगच्च वस्त्रे, शिरपेच, मोत्याची कंठी, चौकडा, मोत्याचा तुरा व जेगा (पागोट्याला बांधण्याचा मर्दानी अलंकार) असे पाच दागिने, याशिवाय शिक्का–कट्यार, चौघडा, हत्ती, सोन्याच्या दांडीची चवरी, ढाल–तलवार, जरीपटका, घोडा व चोपदार ही दिली जावीत. मल्हार रामराव चिटणीस आपल्या सभासद बखरीत म्हणतो, "मुख्य प्रधान यास व सेनापती यास बादली वस्त्रे, पाच सनगे व शिरपेच, मोत्याचे तुरे, कंठ्या, चौकडे, जगा, शिकेकटारा व ढालतलवार व चौघडे–नौबती व जरी–पटके, हत्ती, घोडे व सोन्याच्या दांडीच्या चवऱ्या याप्रमाणे देऊन पदे करारपत्रे करून दिली."

"राजाच्या खालोखाल युवराज, पंतप्रधान आणि सेनापती हंबीरराव मोहिते यांचा सन्मान झाला. आणि त्यांचेकडे सरनौबत पदाचे सर्वाधिकार सोपविले गेले. सेनापती यांनी सर्व सैन्यासह संरक्षण करून युद्धप्रसंग स्वारी करावी. तालुका स्वाधीन होईल तो रक्षून हिशोब रुजू करून आज्ञेने वर्तावे. फौजेच्या लोकांचे बोलणे बोलावे. सर्व फौजेचे सरदार यांनी त्याजबरोबर चालावे असे सेनापतिपदावरील त्यांच्या कामाचे स्वरूप ठरवून देण्यात आले.

"अभिषेकानंतर राजदर्शनसोहळा सुरू झाला. नजराणे अर्पण करण्याचा विधी उरकला व भव्य मिरवणुकीची तयारी झाली. राजदर्शनानंतर नगरप्रदक्षिणा व देवदर्शनासाठी सिंहासनाजवळ एक शृंगारित शुभ्र अश्व आणण्यात आला. त्यावर आरूढ होऊन महाराज लवाजम्यासह प्रवेशद्वाराजवळ गेले. तेथे सालंकृत हत्ती उभा होता. अश्वावरून उतरून महाराज त्या हत्तीवरील आसनात बसले. सेनापती हंबीरराव मोहिते माहुताच्या जागी बसले. महाराजांच्या मागे मोरोपंत सुवर्णाचे मोर्चेल घेऊन बसले. मिरवणूक सुरू झाली. वगैरे."(१२)

या वर्णनावरून असे लक्षात येते की, हंबीरराव हे महाराजांच्या किती निकटवर्ती होते. पंतप्रधानाच्या बरोबरीचे स्थान त्यांना प्राप्त झाले होते.

अशा प्रकारे हिंदवी स्वराज्याचे पदसिद्ध सेनापती म्हणून हंबीरराव मोहित्यांची कामगिरी शिवछत्रपतींच्या दरबारात सुरू झाली.

शिक्का – मुद्रा

हंबीरराव मोहित्यांना खालील मुद्रा प्राप्त झाली.

शिवचरणी दृढभाव ।	शके १६०६ (खंड १५–१०)
सरलष्कर मोहिते	
हंबीरराव ।।	शके १६२७ (राजवाडे खंड ८-ले. ५३)

असा त्यांना शिक्का प्राप्त झाला. त्यांचा आणखी एक शिक्का आढळतो तो असा–

श्रीमच्छिवमहानुभाव	
सेनाधीश	
हंबीरराव ।।	शिवाजी निबंधावली पृ. ९४

वरील दोन्ही मुद्रा वापरात होत्या. दुसरी मुद्रा असलेली दोन संभाजीकालीन पत्रे परिशिष्टात दिली आहेत. पहिली मुद्रा पुढे छत्रपती राजारामकालात हंबीरराव दुसरे– पण चालवीत होते.[१३]

हंबीरराव हे नाव की किताब

सभासद बखरीमधे हंसाजी मोहिते यांस हंबीरराव किताब देऊन सरलष्कर केले असे लिहिले आहे ते चुकीचे आहे. जेधे शकावलीत हंबीरराव असाच उल्लेख आहे. तळबीडकर मोहिते घराण्याच्या वंशावळीत हंबीरराव हेच नाव आढळते. मराठ्यांच्या शहाण्णव कुळींच्या यादीमध्ये हंबीरराउ असे उपकूळ म्हणून उल्लेख केलेला दिसतो. त्यामुळे हंबीरराव हेच त्यांचे नाव होते हे निश्चित म्हणता येईल.

शिवभारतात हंबीरराव चव्हाण असे एक नाव आले आहे. (ऐ.फा.सा.खं. ११३४) १६२४ च्या भातवडीच्या लढाईत निजामशहाच्या बाजूने आदिलशहा आणि मुघल यांच्या युतिबरोबर तो लढला व पराक्रम गाजवला त्यांचे वर्णन शिवभारतकाराने लिहिले आहे. बागलाणच्या मोहिते घराण्यात हंबीरराव ही पदवी शिवाजी महाराजांपूर्वीपासून चालत आलेली होती.[१३]

संदर्भटिपा

१. संपा. कुलकर्णी, भीमराव   सभासद बखर पृ. ५२

२. भा.इं.सं.मं.सै.मा.   ८/१ जेधे करीना

    सभासद बखर   शिवभारत स. १०/२५, २६

३. सभासद बखर   पृ. ५२

४. सं. नंदुरबारकर   शिवदिग्विजय बखर

५. संपा. वाकसकर, वि. स.   ९१ कलमी बखर

    (छ. शिवप्रभूंचे चरित्र) पृ. ३३

६. संपा. वाकसकर वि. स.   पृ. ४९

७. शिवदे, सदाशिव   ज्वलज्ज्वलनतेजस संभाजीराजा

८. सभासद बखर   पृ. ७१

९. संपा. डॉ. अ. रा. कुलकर्णी   जेधे शकावली – करीना

१०. मुंबई मराठी ग्रंथसंग्रहालय इतिहास संशोधन मंडळ ग्रंथमाला क्र. २४ मूळसंदर्भ – हैद्राबाद दफ्तर कागद, ७ जाने. १६७१अखिल महाराष्ट्र इतिहास परिषद शोधनिबंध 'मुघलांच्या सेवेतील कांहीं मराठी सरदार'

११. संपादक – छत्रपति शिवाजी स्मारक समिति, मुंबई १९८८शाहिरांचे छ. शिवाजी महाराज, पृ. ४४

१२. सर्व बखरी डच फॅक्टरीमधील, हेन्री ऑक्झेंडेनची पत्रे, दैनंदिनी, गागासदृकृत शिवराज्याभिषेक, शिवराज्याभिषेककल्पतरू वा. शि. बेंद्रे शिवचरित्र

१३. मराठ्यांच्या इतिहासाचीं साधनें सं. वि. का. राजवाडे, खंड – ६, लेखांक – ५३, नवीन खंड – १, पृ. ५९, ६०

१४. ऐति. फारसी साहित्य, खंड – २, पृ. १-४

३. सरलष्कर यांचे लष्कर व लष्करव्यवस्था

छत्रपती शिवाजीमहाराजांच्या राज्याची मोजदाद या शीर्षकाखाली सभासदाने आपल्या बखरीत कारखाने, कारकून, मोस्तेसर (हिशोबनीस) लोक कोण कोण ? लष्कर, पागा, शिलेदार किती ? सरदार काय काय ? गड कुठे ? किती ? हशम काय, समुद्रातील जंजिरे, पाण्यांतील जहाजे किती ? तपशील कारखाने अठरा व महालमुलूख, नाना जिन्नसवार संख्या करणे तो केला. यात – लष्कराच्या संख्येसंबंधी– ही तो लिहितो.[१]

घोडे राऊत संख्या पागा शिलेदार १,०५,००० एक लक्ष पांच हजार. तपशील, पागा ४५,००० पंचेचाळीस हजार यांचे सरदार नांवे.

१ हंबीरराव सरनौबत	१ निळोजी काटे	१ आनंदराव हशम हजारी
१ संताजी घोरपडे	१ नेताजी पालकर	१ तेलंगराव
१ मानाजी मोरे	१ तुकोजी निंबाळकर	१ रूपाजी भोसले
१ येसाजी काटकर	१ गोंदजी जगताप	१ व्यंकट राऊ खांडकर
१ संताजी जगताप	१ संभाजी हंबीरराव	१ खंडोजी जगताप
१ निंबाजी पाटोळे	१ धनाजी जाधव	१ उदाजी पवार
१ जेतोजी काटकर	१ शामखाना	१ रामजी कांकडे
१ परसोजी भोसले	१ राघोजी शिरके	१ कृष्णाजी घाडगे
१ गणोजी शिरके	१ हरजी निंबाळकर	१ सावजी मोहिते
१ बाळोजी काटकर	१ भवानराव	
१०	१०	९

शिलेदार व मुलखींचे सुभेदार

१ नागोजी बल्लाळ	१ जानराव वाघमारे	१ राघो बल्लाळ
१ गणेश शिवदेव	१ संक्रोजी माने	१ बळवंतराव देवकांते (ने)
१ चंदो हिरदेव	१ अमरोजी मांढरे	१ बहिरजी घोरपडे
१ नेमाजी शिंदे	१ रामाजी जनार्दन	१ मालोजी थोरात

१ रामाजी भास्कर	१ मधोजी थोरात	१ बाळाजी बहिरव
१ बयाजी गडदरे	१ कृष्णाजी भांदडे	१ देवजी उघडे
१ बाळाजी नीळकंठ	१ बहिरजी वडगरे	१ गणेश तुकदेव
१ हिरोजी शेलके	१ चंदी नारायण	१ केरोजी पवार
१ त्रिंबक विठ्ठल	१ खेमणी	१ उचाले
१ महादजी नारायण	१ खंडोजी आवळे	१ नरसोजी शितोळे
१ बाळोजी शिवतरे		
११	१०	१०

हत्ती व हत्तिणी	सुमार पाणियांतील जहाजें	आरमाराचे सरदार
१२६०	१ दर्यासागर	१ इब्रामखान
		१ मायनाईक

हशम मावळे सरदार असामी १,००,००० यांचे सरदार

१	येसाजी कंक सरनोबत	१	दत्ताजी इडि(तु) लकर
१	सूर्याजी मालुसरे	१	पिलाजी सणस
१	गणोजी दरेकर	१	जावजी पाये
१	मुग्बाजी बेनमणा	१	भिकाजी दळवी
१	मालसावंत	१	कोंडाजी वडखले
१	विठोजी लाड	१	त्रिंबकजी प्रभु
१	इंद्रोजी गावडे	१	कोंडजी फरजंद
१	जावजी महानलाग	१	तानाजी तुंदुसकर
१	नागोजी प्रल्हाद	१	तान साबंत मावळे
१	पिलाजी गोळे	१	महादजी फरजंद
१	मुधोजी सोनदेव	१	येसजी दरेकर
१	कृष्णाजी भास्कर	१	बाळाजीराव दरेक
१	कलधोंडे	१	सोन दळवे
१	हिरोजी मराठे	१	चांगोजी कडू

१	रामाजी मोरे	१	कोंडाळकर
१	हिरोजी भालदार	१	ढवळेकर
१	तुकोजी कडू	१	तानसावंत भोंसले
१	राम दळवी		
१८		१८ +	
		३६	

(+ बेरीज १७ होत असून मुळांत १८ आहे.)

आज्ञापत्रात महाराजांच्या सैन्यसंख्येचा उल्लेख केला आहे – ४० हजार पागा व ६०–७० हजार शिलेदार, २ लक्ष पदाती इ.[२]

वरील आकड्यांचा विचार केला तर एवढ्या मोठ्या सेनेच्या सरनौबतपदावर हंबीरराव होते. एवढ्या मोठ्या सेनेचे नेतृत्व करणे, मोहिमा आखणे, प्रशासन करणे, सैनिकांचा सिंचणी करणे, सैनिकांच्या अडीअडचणी पाहणे, त्यांच्या पराक्रमास प्रोत्साहन देणे, त्यांच्या वीरमरणानंतर त्यांच्या कुटुंबीयांना भेटून त्यांचे सांत्वन करणे, त्यांच्या उदरनिर्वाहाची व्यवस्था लावणे. सर्व उपसरदार, उपसेनापती, शिलेदार, बारगीर यांच्याबरोबर चालणे, स्वारीतील लुटीचे हिशेब रुजू करून महाराजांच्या आज्ञेत वागणे इ. गोष्टींची जबाबदारी त्यांनी स्वीकारली.

मराठी इतिहासातील लष्करी शिस्तीचे नवे युग

छत्रपती शिवाजीमहाराजांना पूर्वीच्या लष्करी पद्धतींचे पूर्ण ज्ञान होते. त्यामुळे त्यांनी स्वत:ची अशी लष्कराची बांधणी केली. त्यांनी वंशपरंपरागत व्यक्तींना लष्करात ठेवण्याबद्दल कधीही विचार केला नाही. लष्कराचा इतर प्रशासकीय कार्यात हस्तक्षेप न होईल असे स्वतंत्र लष्करी प्रशासन निर्माण केले. नातलग किंवा पिढीजात नोकरी या गोष्टी त्यांनी प्रकर्षाने वगळल्या. आज्ञापत्रात या गोष्टीचा अतिशय मार्मिक पद्धतीने उल्लेख केलेला आहे......... 'जे कुलवंत मराठे आणि शिपाई, जे शरम धरतील, कबीलेदार, विश्वासू, उद्योगी, अलालूची, अनिद्रिस्त, सकल लोकांचे समाधान रक्षून यथोचित सर्वांपासून स्वामीकार्य घेत............ सेवक लोकी अथवा वृत्तीवंतांनी सेवा उदंड केली तरी त्यांस द्रव्य, अश्व, गज, वस्त्र, भूषणादि द्यावी, योग्य पाहोन थोर सेवा सांगावी, परंतु नूतनवृत्ती करू देऊ नये. हा त्यांच्या प्रशासनातील नियमसुद्धा लष्करात त्यांनी ठेविला

होता. आपल्या वडिलांच्या छोट्या जहागिरीतील छोट्या सैन्यानिशी त्यांनी स्वराज्याच्या कामाची सुरुवात केली. संभाजी मोहित्यांचे सुप्याचे ठाणे मारल्यावर त्यांची सैन्यसंख्या वाढली आणि त्यांना स्वतंत्र सेनापती नेमण्याची गरज वाटू लागली. माणकोजी दहातोंडे यांनी तीन हजारांच्या सैन्याचे सरसेनापतिपद सांभाळले.[३] कृष्णाजी अनंत सभासद लिहितो, सन १६५९ मध्ये महाराजांच्या लष्करात १०,००० घोडेस्वार व १०,००० मावळे होते. १६५९ साली पागेची संख्या सात हजारपर्यंत वाढली. त्यात तीन हजार शिलेदार होते. हे प्रमाण साधारणपणे ६६% व ३३% असे होते. मुस्लिम इतिहासकार खाफीखान लिहितो, शिवाजीजवळ दहा ते बारा हजार कच्छी आणि अरबी घोडे होते. त्याने पाठविलेल्या सैन्यापैकी बहुतेक घोडेस्वार हे बारगीर होते. बुंदेल्याकडील एका अधिकाऱ्याचा कनिष्ठ अधिकारी भीमसेन लिहितो, शिवाजीने शिलेदारांच्या नेमणुका केल्या.......... पागेच्या आधिपत्याखाली शिलेदारांना काम करावे लागे. सैन्यसंख्येपेक्षा त्यांचे शिस्तबद्ध नियोजन हे जास्त महत्त्वाचे मानले जाई. सुरेंद्रनाथ सेन म्हणतात,

> *A born military leader Shivaji recognised early the supreme need of unity of command in the battle-field & he attained by establishing a regular cadre of officers both for infantry cavalry.*[३]

शस्त्रास्त्रे

घोडेस्वार किंवा राऊत यांच्याकडे तलवार, भाला, तिरकामठा, तोड्याची बंदुक, जंबिया, पट्टा, गुरगूज (काटेरी गदेसारखी शस्त्रे) ही असत. शस्त्रांचे स्वतंत्र खाते होते. त्याला तोफखाना किंवा दारूखाना असे म्हणत. त्यावेळी पोर्तुगिजांकडे प्रगत शस्त्रे होती. त्याप्रमाणे आपल्याकडे शस्त्रे असावीत हे महाराजांच्या मनात होते. त्यांचा असा तोफेचा कारखाना नव्हता. महाराज युरोपियन व्यापाऱ्यांकडून जरूर ती शस्त्रे खरेदी करत. फ्रेंचांना राजापूरला वखार काढण्याची परवानगी देण्यामागे हाच उद्देश असावा. ५ सप्टेंबर १६७०च्या पत्रातून मुंबईकर सुरतकरांना लिहितात, 'राजापूरकडील शस्त्रे शिवाजीने संपविली आहेत. आपणांस त्यांना तूर्त ती पुरविणे शक्य वाटत नाही. परंतु त्यांची मागणी घेऊन ठेवावी.[४] इ.'

लष्कराची वेशभूषा

पाईक (सैनिक) डोक्याला बुरणुसाची टोपी, कानापर्यंत ओढलेला टोप, अंगात गोधडीचे कुडते, कधी नुसतीच घोंगडी ओढलेली, खाली विजार किंवा गुडघ्यापर्यंत

लपेटून घेतलेले वस्त्र (धोतर), कमरेला उपरणे त्यात शस्त्रे अडकविलेली, ढाल पाठीस बांधलेली, पायताण समोरून झाकलेले व मागून मोकळे इ. शत्रुपक्षाच्या बलाबलाचा विचार करून महाराजांनी आपले अल्पसैन्य हे कमीतकमी शस्त्रांसह आणि सामानासह युद्धमोहिमेवर राहील हे ठरविताना मुसलमानांच्या सैन्यातील सैनिकावरील शस्त्रांचे ओझे किती त्रासदायक होते ही गोष्ट जाणली होती. अशा शस्त्रांच्या भाराने भारावलेल्या मुस्लिम सैन्यातील सैनिकांना सामना देण्यासाठी चपळाई असावी, यासाठी आपल्या सैन्यास अवजड शस्त्रे आणि सरंजाम दिला जात नसे. तंगतुमान, सुती जाकिट, फेटा वा पागोटे, छोटी-मोठी ढाल, तलवारी, धनुष्यबाण, आणि तोड्याची बंदुक असलेला मराठी सैनिक युद्धातील लुटीवर आपली गुजराण करी आणि अतिशय चपळाईने आपला मुक्काम हलवीत असे, की शत्रूला त्याचा मागमूसही लागू नये.[५]

लष्करी प्रशासन

पायदळ : शिवाजीमहाराजांनी पायदळाची विभागणी काळजीपूर्वक केली होती. पायदळाचे तीन विभाग केले जात. (१) पथक, (२) विशिष्ट पथक आणि (३) तुकडी. सर्वांत लहान विभाग हा नऊ सैनिकांचा असे. त्यावर नाईक हा अधिकारी असे. अशा पाच विभागांतील पथकावर हवालदार हा अधिकारी असे. दोन-तीन हवालदारांचे मिळून जे पथक होई, त्यावरील अधिकाऱ्यास जुमलेदार असे म्हणत. दहा जुमल्यांवर हजारी आणि सात हजारींवर सरनौबत असा अधिकारी असे.

वेतन	जुमलेदाराला	-	वार्षिक १०० होन
	जुमलेदारांचा सबनीस	-	वार्षिक ४० होन
	हजारीस	-	वार्षिक ५०० होन
	हजारींचा सबनीस	-	वार्षिक १०० ते १२५ होन

याशिवाय अधिकाऱ्यांच्या कुटुंबातील लग्नसमारंभ किंवा इतर कार्यांसाठी सरकारातून मदत दिली जाई.

सैनिकांचे वेतन : पायदळातील कनिष्ठ अधिकारी व सैनिक नऊ ते तीस रुपये, घोडदळातील अधिकारी व राऊत - वीस ते साठ रुपये. ज्या त्या अधिकाऱ्याच्या व सैनिकांच्या दर्जाप्रमाणे, युद्धातील विशेष कामगिरीबद्दल त्यांना व त्यांच्या खाजगी कारभाऱ्यांना मुक्तहस्ते बक्षिसी देण्यात येई. धारातीर्थी पडलेल्या सैनिकांच्या विधवा बायकांस निम्मे वेतन व त्यांच्या जाणत्या मुलास फौजेत भरती केले जाई. अजाणत्यांच्या

पोटापाण्याची व्यवस्था केली जाई. सर्व सरकारी नोकरांना रोख पगार देणे आणि त्यांच्या नोकऱ्या पिढीजात न चालविणे हा महाराजांचा मुख्य नियम होता.[६]

शिवाजीमहाराजांनी अफजलखानाचा पराभव केल्यानंतर (१० नोव्हेंबर १६५९) आपल्या सैनिकांना एकत्र आणले व त्यांस उदंड बक्षिसी दिली. भांडते लोक जितके पडले होते, त्यांच्या लेकांस चालविले. पुत्र नाही त्यांच्या बायकास निभेवेतन करून चालवावे असे केले. जखमी जाहले त्यास दोनशे होन, पन्नास होन दर आसामीस जखम पाहून दिधले. मोठमोठे धारकरी जुमले होते त्यास बक्षिस, हत्ती-घोडे दिधले. हस्तकडी, कंठमाळा, तुरे, पदके, चौकडे, मोत्याचे तुरे कित्येकास बक्षिस फार दिले. ऐसे देणे लोकांस दिधले. कित्येकास गाव मोकासे बक्षिस दिधले.[७] हीच पद्धत पुढे पेशवाईतसुद्धा चालू राहिली.

घोडदळ : घोडदळाची विभागणी (१) बारगीर आणि (२) शिलेदार अशी केली जात असे. बारगिराला सरकारातून घोडा मिळत असे आणि शस्त्रेही पुरविली जात. शिलेदाराचा स्वत:चा खाजगी घोडा असे. तो कित्येक वेळा आपल्या सुसज्ज फौजेनिशी येत असे. बारगीर हा सरकारी पागेतील सेवक असे, तर शिलेदार त्यामानाने कनिष्ठ मानला जाई. सभासद म्हणतो, 'पागेचे बळ तालेवार केले. पागेच्या तालेवारीखाली शिलेदार ठेवले. स्वतंत्र बंड कोणाचे चालेना. पागेमधे दर घोड्याशी बारगीर एक, पंचवीस बारगिरांस मराठा धारकरी हवालदार एक, पाच हवाल्यांचा एक जुमला. जुमालदारास पाचशे होन तैनात व पालखी त्यास एक व मुजुमदारास शे-सव्वाशे होनांची तैनात करावी. असे दहा जुमले म्हणजे एकहजारी त्यास एक हजार होन तैनात. (सुरुवातीस हंबीरराव मोहिते या पदावरच होते.) एक मुजुमदार व एक मराठा कारभारी व एक जमनीस, परभूकायस्थ त्यास पाचशे होन. याप्रमाणे आसामीस तैनात व पालखी द्यावी. आला जमाखर्च चौघांचे विद्यमाने करावा. सरनौबताच्या हुकुमात ये जातीचा मिळवून एक पाचहजारी करावा. तसे मुजुमदार, कारभारी, जमनीस करावे. अशा पाच हजारी सरनौबताचे हुकुमात ये जातीचा मामला पागेचा, तसेच शिलेदाराकडे सुभे वेगळाले. तेही सरनौबताचे आज्ञेत. पागा व शिलेदार मिळून सरनौबत यांचे आज्ञेत वर्तावे.' (सभासद)

वरील गोष्टींचा विचार करता सरसेनापतिपदावरील हंबीरराव मोहिते यांच्या हुकमतीत केवढे मोठे लष्करी प्रशासन होते हे ध्यानात येते.

हेरखाते : सैन्याची कार्यक्षमता ही त्याच्या शौर्यावरच अवलंबून नसते. ते हेरखात्याच्या साहाय्याशिवाय शत्रुपक्षाकडील मुलुखात घुसू शकत नाहीत याची पूर्ण जाणीव महाराजांना होती. म्हणून महाराजांनी अतिशय चतुर आणि चाणाक्ष अशा हेरांचा एक स्वतंत्र गट निर्माण केला. बहिरजी नाईक जाधव हा त्यांचा मुख्याधिकारी होता. या

हेरखात्याच्या चतुर हालचालींमुळे शिवाजीमहाराज त्यांच्या जीवनातील अनेक कठीण प्रसंगी यशस्वी झाले. एका प्रसंगात तर महाराजांचा बचाव झाला तो केवळ बहिरजी नाइकाला माहीत असलेल्या पायवाटांमुळेच. (बहिर्जीनाईक महाराजांना गुप्तवाटांनी किल्ला, पट्टा येथे घेऊन आले. २६ नोव्हेंबर १६५९) [८]

राजाचे शरीररक्षक : आपल्या शरीररक्षकांजवळ असलेल्या शस्त्रांची सिद्‌धता अतिशय सुसज्ज असे. त्यावर बराच खर्च केला जाई. पथकांची विभागणी २०, ३०, ४०, ६० आणि १०० रक्षक अशी होती....... जितके माणसास साज करून दिले. डोईस मंदील, अंगास सखलादी फतू (जाकिट), दोहों हाती दोन सोन्याच्या कडी, कोणास रुप्याची कडी, कानास जोडी कुड्याची, तरवारास अबनाळ तैनाळ सोनेरुप्याचे, बंदुकीचे कट रुप्याचे, विटीयाची कट तैसेच (ढाल), राजाच्या पालखीबरोबर असा थाट असल्यामुळे हे दृश्य अतिशय मनोहर दिसे.

टीप

शाही सल्लागार किंवा जीरतखान्यातील शस्त्रसामग्रीत निरनिराळ्या प्रकारच्या तलवारी, खंजीर आणि भाले; त्याचप्रमाणे ढाली, दंडुके आणि परशू इत्यादी असल्या- संबधीचा उल्लेख रघुनाथपंडिताने केला आहे.

मराठ्यांची शस्त्रे आणि शस्त्रागारे यांसंबंधीची अधिक माहिती लॉर्ड एगरटन अँड टट्टान (Egerton & Tattan), एम.ए., लंडन १८९६ यांचे Discription of Indian & Oriental Armor या पुस्तकात असल्याचा उल्लेख S. N. Sen, 'Shiv Chatrapati' या ग्रंथात करतात.

लष्करी शिस्त

छावणीत कुणबिणी किंवा तमासगार बायका ठेवण्यास सक्त मनाई असे. नियम मोडणाऱ्यास मृत्युदंड दिला जाई. आपल्या लष्करासाठी शिवाजीमहाराजांनी एक नियमावली तयार केली होती. तिची माहिती सभासद देतो-

'लष्करी पावसाळी या दिवशी छावणीस आपल्या देशात यावे. त्यास दाणा, रतीब, औषधे, घोडियांस व लोकांस घरे गवतानी शाकारून ठेवली असावी. दसरा होताच लष्कर कूच करून जावे. जातेसमयी कुल लष्कराचे लहान थोर लोकाचे बिशादीचे जाबते करावे आणि मुलुखगिरीस जावे. आठ महिने परमुलखात पोट भरावे. खंडण्या घ्याव्या, लष्करात बायको, बटकी व कलावंतीण नसावी. जो बाळगील त्याची गर्दन

मारावी. परमुलखात पोर बायको न धरावी. मर्दाना सापडला तरी धरावा. गाई न धरावी. बईल ओझ्यास मात्र धरावा. ब्राह्मणास उपद्रव न द्यावा. खंडणी केल्या जागा बोलीप्रमाणे पैका घ्यावा. कोणी बदअमल न करावा. आठ महिने परमुलखात स्वारी करावी. वैशाख मासी परतोनी छावणीस येताच आपले मुलखाचे सरदेसमुखाचे सदरेस कुल लष्कराचा झाडा घ्यावा. पूर्वील बिशादीचे जाबते रुजू घालवावे. त्याजती होईल तितकी किंमत करून त्यांच्या हक्कात धरावी. थोर किंमतीची वस्तभाव असलियास कुल सरदारांनी बरोबर घेऊन राजाचे दर्शनास जावे. तेथे अवघे हिशोब समजावून माल हुजूर द्यावा आणि लष्कराच्या हिशोबाचे देणे (व) फाजील समजावीस जो ऐवज तो मागणे तो हुजूर मागावा. मग छावणीस यावे. काम कष्ट मशागत केलिया लोकांस सरंजाम करून द्यावा. बेकैद वर्तणूक कोणी केली असेल आणि नामर्दी केली असेल त्याची चौकशी करून बहुतां मते, शोध करून त्यास दूर करून शासन करावे, वरचे वर शोध करावा, चार मास छावणी करावी आणि राजाचे भेटीस दसऱ्यास जावे, राजियाच्या आज्ञेने ज्या प्रांती स्वारी जावयाची होईल त्या प्रांती जावे. अशी लष्कराची रीत.[९]’

नियम नुसते दप्तरातच नव्हते तर त्यांची अंमलबजावणी अतिशय काटेकोरपणाने केली जात असे. याची अनेक उदाहरणे ऐतिहासिक साधनांत दिसून येतात. उदा. – तंजावरच्या स्वारीच्या वेळी गोवळकोंड्यावरून जात असताना रस्त्यातील गावांमधील जनतेला कोणत्याही प्रकारचा त्रास, जबरदस्ती न करण्याची सक्त ताकीद दिली होती. त्यांच्या गरजांप्रमाणे त्यांना आपल्या वस्तू खरेदी करण्यास परवानगी दिली. आज्ञाभंग करणाऱ्यास कडक शिक्षा देण्यात आल्या. हेतू असा की, इतरांनी त्यापासून धडा शिकावा. त्याचा अपेक्षित परिणाम दिसून आला.[१०]

तरीसुद्धा जुलूम किंवा लाचलुचपतीचे प्रकार आढळले तर हेरखाते जागृत असे. व ते कोणतीही हयगय करीत नसे. असंख्य हेर असल्यामुळे सैन्याच्या पथकातील सर्व माहिती बिनचूक समजत असे. कोणी संपत्ती किंवा वस्तू लपवून ठेवली असेल तर ती परत देण्यास भाग पाडीत.[११] यात्रा व महोत्सव यांमध्ये आपल्या शिपायांनी कोणत्याही प्रकारचा त्रास देऊ नये या संदर्भातील एक अस्सल पत्र खाली दिले आहे.

श. १५९४ श्रावण शु. ९
सु. १०७३ रखर ७
इ. १६७२ जुलै २२
(अस्सल)
श्री

श्री रघुनाथ

मशहुरल हजर राजमान्य राजश्री दत्ताजीपंत वाकेनिवीस प्रती राजश्री शिवाजीराजे दंडवत उपरी कसबे चाफळ येथें रामदास गोसावी आहेत श्री चें देवालये केलें आहे यात्रा भरते व सर्वदा हि मोहछाये चालतो तरी तेथें कटकीचे सीपाही लोक व बाजे लोक राहताती ते देवाची मर्यादा चालवीत नाहीत यात्रेस लोक येताती त्यास तसवीस देताती यात्रकरू लोकांसी दिवाणबलें कलागती करीती ह्मणौनु कलों आलें तरी तुम्ही लोकांस ताकीद करून तेथें यात्रेमधे हो अगर हमेशाही कोण्हाचा उपद्रव होउ नेदणें व यात्रेस लोक येताती त्यास चोराचिरटियाचा हि उपद्रव न लगे ऐसे करून व रामदासी गोसांवी यांचा हि हरयेकविसी परामृश करीत जाणें देवाकरितां व गोसांवीयांकरिता ब्राह्मण येउनु तेथे घर नवी बांधोनु राहाताती यांचा हि परामर्ष करीत जाणे अंतर पडों नेदणें बहुत *लिहीणे तरी तुह्मी सुज्ञ असा छ ७ रबिलाखर शुहूर सन सलास सबैन व अलफ प हुजूर

मर्या
देयं विरा
जते

श्री सं. पत्रे ले. १० पृ. १९
दिवाणबले – अधिकाऱ्यांच्या जोरावर संगीजातीने – संघ बरोबर

---

* 'लिहीणे तरी तुह्मी सुज्ञ असा' हे वाक्य स्वत: शिवाजी महाराजांनी लिहिले आहे असे संपादक लिहितात.[१२]

विजापूरकरांच्या सैन्यातील आणि मोगलांच्या सैन्यातील बेशिस्त वर्तनाची कल्पना महाराजांना होती म्हणून त्यांनी लष्करी शिस्तीचे कडक नियम निर्माण केले. तरी तलवारीच्या धाकाने सर्व साधतेच असे नाही. तरी त्यांना आपली कर्तव्ये पटवून देण्यात कोणतीही कुचराई केली नाही.

१६७४ साली शिवाजीमहाराजांच्या लष्कराची चिपळूण येथे छावणी होती. त्या मुक्कामात परिसरातील लोकांना लष्कराकडून उपद्रव झाल्याची वार्ता महाराजांना समजली.

फौजेला दाणा-वैरणीची कमतरता असल्याने हे घडले. रयतेला काडीचा आजार द्यावयाचा नाही. म्हणून महाराजांनी एक पत्रक काढले. पुढे दिलेले ते पत्रक म्हणजे महाराजांच्या आदर्श लष्करी प्रशासनाचा नमुनाच होय.

श. १५९३ वैशाख शु. १५
सु. १०७४ सफर १२
इ. १६७३ मे १९

श्रीभवानीशंकर

मशरुल अनाम राजश्री जुमलेदारानीं व हवालदारानीं व कारकुनानीं दिमत पायगो मुक्काम मौजे मुक्काम मौजे हलवर्ण त।। चिपळूण मामले दाभोळ प्रति राजश्री शिवाजीराजे सु।। अर्बा सैबन व अलफ. कसबे चिपळुणी कटकाचा मुक्काम होता याकरितां दाभोळच्या सुबेयांत पावसाळ्याकारणें पागेस सामा व दाणा व वरकड केला होता तो कितेक खर्चे होऊन गेला. व चिपळुण आसपास विलातीत लष्कराचीत सवीस व गवताची व वरकड हरएक बाब लागली. त्याकरितां हाल कांही उरला नाहीं. ऐसें असतां वैशाखाचे वीस दिवस, उन्हाळा, हेही पागेस अधिक. बैठी पडली. परंतु जरूर जालें त्याकरितां कारकुनाकडून व गडोगडीं गल्ला असेल तो देववून जैसी तैसी पागेची बेगमी केली आहे. त्यास, तुम्हीं मनास ऐसा दाणा, रातीब, गवत मागाल, असेल तोंवरी धुंदी करून चाराल, नाहींसे जाले म्हणजे कांही पडत्या पावसांत मिळणार नाहीं, उपास पडतील, घोडीं मरायास लागतील. ह्मणजे घोडीं तुह्मीच मारिलीं ऐसें होईल, व विलातीस तसवीस देऊं लागाल. ऐशास, लोक जातील, कोण्ही कुणब्यायेथील दाणे आणील, कोण्ही भाकर, कोण्ही गवत, कोण्ही फाटें, कोण्ही भाजी, कोण्ही पाले. ऐसें करूं लागलेंत ह्मणजे जे कुणबी घर करून जीवमात्र घेऊन राहिले आहेत तेहि जाऊं लागतील. कितेक उपाशीं मराया लागतील. ह्मणजे त्याला ऐसें होईल कीं मोगल मुलकांत आले त्याहूनही अधिक तुह्मी ! ऐसा तळतळाट होईल! तेव्हां रयतीची व घोडियांची सारी बदनामी तुह्मांवरी येईल. हें तुह्मी बरें जाणून, सिपाही हो अगर पावखलक हो, बहुत यादी धरून वर्तणूक करणे. गांव राहिलें असाल त्याणीं रयतेस काडीचा अजार द्यावया गरज नाहीं. साहेबीं खाजानांतून वाटणिया पदरीं घातलिया आहेती. ज्याला जें पाहिजे, दाणा हो अगर गुरेंढोरें वागवीत असाल त्यांस गवत हो, अगर फाटे भाजीपाले व वरकड विकावया येईल तें, रास घ्यावें, बाजारास जावें, रास विकत आणावें. कोण्हावरी जुलूम अगर ज्याजती अगर कोण्हासी कलागती करावयाची गरज नाहीं. व पागेस सामा केला आहे तो पावसाळां पुरला पाहिजे. ऐसे

तजविजीनें दाणा रातीब कारकून देत जातील तेणेंप्रमाणे घेत जाणें, कीं उपास न पडतां रोजबरोज खायाला सांपडे आणि होत होत घोडीं तवाना होत ऐसें करणें. नसतीच कारकुनासी धसपस कराया, अगर अमकेंच द्या तमकेंच द्या ऐसें म्हणाया, धुंदी करून खासदार कोठडींत + कोठारांत शिरून लुटाया गरज नाहीं व हालीं उनाळ्याला आहे तैसे खलक पागेचे आहेत, खण धरून राहिले असतील व राहातील, कोण्ही आगट्या करितील कोण्ही भलतेच जागा चुली, रंधनाळा करितील, कोण्ही तंबाकूला आगी घेतील, गवत पाडीले आहे ऐसें अगर वारे लागलें आहे ऐसें मनास ना आणिता ह्मणजे अविस्त्राच एखादा दगा होईल. एका खणास आगी लागली ह्मणजे सारे खण जळोन जातील. गवताच्या लहळ्यांस कोणीकडून तरी विस्तो जाऊन पडला ह्मणजे सारे गवत व लहळ्या आहेत तितक्या एके एक जळो जातील तेव्हा मग काही कुणबीयांच्या गर्दना मारल्या अगर कारकुनास ताकीद करावी तैसी केली तऱ्ही काही खण कराया एक लाकूड मिळणार नाही, एक खण होणार नाही. हे तो अवघियाला कळते. या कारणे, बरि ताकीद करून, खासेखासे असाल ते हमेशा फिरत जाऊन, रंधने करिता, आगत्या जाळीता, अगर रात्रीस दिवां घरात असेल, अविस्रांच उंदीर वात नेईल, ते गोष्टी न हो. आगीचा दगा न हो. खण गवत वाचेल ते कारणें ह्मणजे पावसाळां घोडीं वाचलीं. नाहीतर मग घोडी बांधावी नलगेत, खायास घालावे नलगे, पागाच बुडाली !!! तुम्ही निसुर जालेत !!! ऐसे होईल या कारणे तपशिलें तुह्मांस लिहिलें असे. जितके खासे खासे जुमलेवार, हवालदार, कारकून आहां तितके हा रोखा तपशिलें ऐकणें, आणि हुशार राहाणें, वरचेवरी रोजाचा रोज खबर घेऊन ताकीद करून, येणेंप्रमाणें वर्तणूक करितां ज्यापासून अंतर पडेल, ज्याचा गुन्हा होईल, बदनामी ज्यावर येईल, त्यास मराठियाची तो इज्जत वाचणार नाही, मग रोजगार कैसा ? खळक समजो ज्यास्ती केल्यावेगळे सोडणार नाही हें बरें ह्मणून वर्तणूक करणे छ १२ सफर.

राज ८, १८ नवीन खंड १, पृ. १९, २०, २१

पायगो – फौज | रंधनेकरिता – अन्न शिजवताना

विलेकेली – व्यवस्था नेमून दिली, | रातीब – रोजचा खुराक

पावखलक – पायदळातील लोक | ज्याजती – जुलूम

तवाना – सशक्त

दलवटणे – चिपळून तालुक्यात इथे महाराजांच्या सैन्याची छावणी होती

निसूर – निष्काळजी (शिवाजीमहाराजांची पत्रे, पृ. १३५)

सैन्यभरती

शिवाजीमहाराजांनी आपल्या सैन्यात मुस्लिम लोकांना सामील केले होते. पाचशे पठाणांची पलटण महाराजांनी आपल्या सेवेत सामील करून घेतली. राजाजवळ कोणताही भेद नसतो, तो प्रथम राजा आणि नंतर हिंदू किंवा मुसलमान असतो, हे महाराजांनी आपल्या अधिकाऱ्यांच्या मताला छेद देऊन दाखवून दिले. आणि मग गोमाजी नाईक पानसंबळ यांनी महाराजांच्या या सूज्ञ निर्णयाला पाठिंबा दिला.[१३]

मराठा सैनिकाचे वर्णन

डॉ. फ्रायर हा युरोपियन प्रवासी मराठी सैनिकाचे वर्णन करताना म्हणतो, 'मराठी सैनिकाच्या काही उणिवा सोडल्या तर तो एक उत्तम सैनिक होता.' चणीने हा मराठा सैनिक लहानसर व बारीक अंगकाठीचा होता. उलट मुघल आणि दख्खनी मुसलमान उंच आणि धिप्पाड होते. परंतु मराठ्यांचे धैर्य, काटकपणा, अपूर्व उत्साह, समयसूचकता या गुणांमुळे त्याच्या लहानखोर बांध्याची उणीव भरून निघाली होती. नैतिक धैर्य खचून जाईल अशा मराठ्यांच्या अनाकलनीय डावपेचांमुळे मैदानावरील बरोबरीच्या सामन्यास लढा देण्यातदेखील अखेर विजापूरकर व मोगल असफल झाले. पुढे फ्रायर म्हणतो की, 'शिवाजीच्या माणसांना खडतर जीवन, जलद आगेकूच आणि कमीत कमी सुखसोई यांची सवय असल्यामुळे ती कसल्याही लष्करी कारवाईला अधिक लायक होती. परंतु दुसरे (मोगल) भोजनाची व लूटमार करण्याची संधी एकाचवेळी आली तर प्रथम ते जेवण उरकतील. मराठे मोठ्या दिमाखाने घोड्यावर स्वार होत असत, त्यांची शस्त्रे घेऊन प्यादे त्यांच्या पुढे धावत आणि त्यांच्या खुसमस्कऱ्यां- समवेत येणाऱ्या स्त्रिया त्यांच्यापासून दूर नसत. शत्रूचा पाठलाग करण्याऐवजी ते शत्रूची वाट पाहात राहातील पण शत्रू सामोरा आला की ते त्याच्याशी चांगला सामना देतील, शिवाजीचे लष्कर अचानक हल्ला करण्यात आणि लूटमार करण्यात तरबेज होते परंतु समोरासमोर उभे ठाकून शत्रूशी लढण्याचे ते टाळत असत. असे असले तरी ते झुंजार लढवय्ये होते, हे मान्य करावे लागेल. पण नंतरच्या काळात पानपतावर लढणाऱ्या मराठा सरदारांना मात्र अशा ऐषआरामाची आवड निर्माण झाली, ही एक उल्लेखनीय बाब आहे. शिवाजीच्या लष्करात मात्र कुणबिणी आणि कलावंतिणींना सक्त मनाई होती.[१४]

सुरेंद्रनाथ सेन म्हणतात, शिवाजीला लष्कराच्या गरजा आणि आवश्यक बाबी यांची पूर्ण कल्पना होती. आपल्या प्रजेच्या हिताची त्याला चिंता होती. आणि त्याप्रमाणे त्याने आपल्या सैनिकांच्या हिंसाचारापासून लोकांचे रक्षण करण्याचा आटोकाट प्रयत्न केला. त्यामुळे अशी दक्षता बाळगूनही सैनिकांच्या जुलूमजबरदस्तीची काही उदाहरणे

आढळली तरी त्याबाबत राजाला दोषी धरण्याचे कारण नाही. त्याने काय संपादन केले यापेक्षा त्याने प्रयत्न काय काय केले यावरूनच त्याच्या कर्तृत्वाचे मूल्यमापन केले पाहिजे. शिवाय त्याने जे साध्य केले. त्याचेही महत्त्व कमी नाही.(१५)

समकालीन दख्खनी हिंदी कवी मुल्ला नुसरती आपल्या कवितेतून मराठा सैनिकाचे किती बहारदार वर्णन करतो ते पाहा –

मराटे चपल मादवाँ पोसवार
पऱ्या ज्युं कि जिनां के रानां तल्हार।
दिसेना वो जल्दी के वक्त अपने आप
बिरादर हैं सावां के चोरां के बाप।
हर यक मादवां उन की गोया परी
दिखावे चंदर कों अपस दिलबरी।
करे फिर जो काव्यां की खूबी अयां
पडे पेंच में देख आबे-रवाँ।
करे दौड में आ को बारे सूं बात
मुंडासा ले उस का उडे हात हात।
हर यक नेता-बाजी में राउत बडा
खुलेगा चंदर हत से काडे कडा।
जो धन-फौज के नाज में मूए निपट
तो नेत्यां की उंगली सूं खोले घुंघट।

त्वरेच्या वेळी मराठा सैनिक आपल्या आपणासही दिसत नाही, इतक्या चपलतेने तो दौड करतो. मराठे साव लोकांचे भाऊ व चोरांचे बाप आहेत. मराठ्यांची प्रत्येक घोडी जणू काय परीच असते. मराठा गनिमी काव्यांची खुबी जेव्हा प्रकट करतो, ते पाहून नदीप्रवाहाचा भोवरा पेचात पडतो. मराठा दौड करीत असताना बऱ्याच गोष्टी करतो. त्या वेळी त्याचे मुंडासे हात हात वर उडत असते. प्रत्येक मराठा भालाफेकीत पटाईत व राऊत असतो. तो एकदा खुलला तर आकाशातील चंद्राच्या हातातील कडे काढून आणतो. आपल्या फौजरूपी प्रेयसीच्या तोऱ्यातच मरत असतो व आपल्या भाल्याच्या अंगुलीने तिचे घुंगट खोलतो.(१६) (दख्खनी हिंदीतील इतिहास व इतर लेख)

शिवाजीमहाराजांच्या लष्करी छावणीचे वर्णन करताना फ्रान्सिस मार्टिन म्हणतो.......

The camp of Sivajy was without pomp, without women, there

were no beggegrs, only two tents but of simple cloth. Coarse & very scanty. One for him & other for his prime minister.[१७]

मुल्ला नुसरती आणखी एक ठिकाणी म्हणतो,

अछे वां तलंग उसके घोड्यांकी चाल।

याचा अर्थ असा की, जेथे वाऱ्यालाही प्रवेश मिळत नाही तेथपर्यंत मराठ्यांच्या घोड्यांच्या पथकाची मजल आहे.

खाफीखान हा औरंगजेबाचा एक समकालीन अधिकारी व इतिहासलेखक म्हणतो,

'लढाईच्या काळात मशिदीत अथवा कुराण हाती लागल्यास त्यास धक्का लागू नये. कुराणाचे पुस्तक हाती आल्यास ते आपल्या सहकारी मुसलमान सैनिकांस द्यावे आणि मुसलमान स्त्रिया हस्तगत झाल्यास त्यांना सन्मानाने त्यांच्या आप्तेष्टांकडे पाठवावे.'

अतिशय नियोजनबद्ध केलेली सैन्यरचना, लष्करी शिस्त, लष्करी प्रशासन हे चंद्रगुप्त मौर्याची आठवण करून देते. शिवछत्रपतींच्या अशा सुबद्ध लष्करी प्रशासनाच्या सरलष्कर या अत्युच्च पदावर हंबीरराव मोहिते विराजमान झाले.

दुर्ग–प्रशासन

दुर्ग–प्रशासनाविषयी रामचंद्रपंत अमात्यांच्या आज्ञापत्र व राजनीतींतील कांहीं माहिती आम्ही देत आहोत की, जिच्यायोगे किल्ल्यांचे प्रशासन कसे असावे या संदर्भात शिवाजीमहाराजांनी केलेले नियम धारकऱ्यांच्या लक्षात येतील. सरसेनापती म्हणून जिंकलेल्या किल्ल्याची व्यवस्था करण्याच्या संदर्भात किल्लेदारांकडे असलेल्या शिबंदीचे प्रशासन हे सरनौबतांकडेच असे. म्हणून या संदर्भात वाचकांना हंबीरराव मोहिते यांच्या कार्यविस्ताराची कल्पना येईल. दुर्गांना राज्यात अतिशय महत्त्व होते. म्हणून मराठेशाहीत "गडकोट हेच राज्य, संपूर्ण राज्याचें सार तें दुर्ग, गडकोट म्हणजे राज्याचें मूळ, गडकोट खजिना, गडकोट म्हणजे राज्यलक्ष्मी, किंबहुना गडकोट म्हणजे आपले प्राणसंरक्षण" असेंच मानले जाई. गडकोटांच्या मजबुतीनेंच राज्य कसें बळकट होतें, जिंकलेला नवा मुलूख राज्यास जोडतांना तेथें गडांची निर्मिती करीत राज्यभूमीचा कसा बंदोबस्त ठेवायचा, गडावर जबाबदार अधिकारी कसे कर्तव्यदक्ष आणि गुणवत्तार्थ सक्षम, सत्त्वयुक्त, व्रती असले पाहिजेत, त्या अधिकाऱ्यांविषयीं कोणकोणत्या प्रकारची काळजी घ्यावी, फितुरी झाली तर कडक उपायांनीं तिचा नि:पात कसा करावयाचा, एखाद्या संशयिताबद्दल निवाडा कसा करावयाचा, परचक्र आल्यावर तेथील अधिकाऱ्यांनी कोणते उपाय योजावयाचे, अशा वेळीं ज्या शक्यता असतात, त्यांतील प्रत्येक वेळीं कोणतीं पथ्यें पाळावयाचीं,

किल्ल्यांची बांधणी कशी हवी, तो बेलाग आणि दुर्गम कसा करावयाचा, दुर्गावरील इमारती कशा असाव्यात, झाडी कुठें कशी विकसित करावी, गडावर कशा तऱ्हेची आणि कोणकोण अन्य माणसें असावीत ह्या सर्व बाबतींत शिवरायांच्या आणि ज्येष्ठ मुरब्बी कार्यवाहकांच्या तालमींत स्वराज्यांतील सर्व घटक तयार झाले होते. स्वराज्याचे सरनौबत हंबीरराव हेही अर्थातच ह्या धोरणाचे शिल्पकार आणि परिनिर्वाहक होते.

मराठ्यांची युद्धपद्धती

महाराष्ट्राच्या भौगोलिक परिस्थितीचा पूर्ण फायदा घेणारी अशी महाराजांनी एक वेगळी युद्धपद्धती निर्माण केली. शत्रूचे धोरण, शत्रूची लष्करी ताकद या गोष्टींचे दूरगामी शत्रुविषयक ज्ञान (Strategic Intelligence) हे अत्यंत उपयुक्त असल्याचे ज्ञान शिवछत्रपतींना पूर्णपणे होते. शत्रूचे धोरण जाणून त्याची चाल पद्धतशीरपणे उधळून लावायची म्हणजेच गनिमी कावा. आधुनिक युद्धशास्त्राप्रमाणे या पद्धतीला Strategic planning against the enemy's plans असे म्हणतात.सुरुवातीस प्रतापराव गुजर आणि नंतर हिरोजी फरजंद आणि बहिरजी नाईक हे अतिशय कुशलतेने शत्रुपक्षाकडील हालचालींची बिनचूक माहिती मिळवीत असत आणि या जोरावर शत्रूवर अचानक चालून जाणे (Surprise Attack). वीज पडल्यासारखा हल्ला करून शत्रूला संभ्रमात टाकायचे, त्याची दिशाभूल करायची या गोष्टी मराठ्यांच्या युद्धतंत्रात त्यांना अंगवळणी पडल्या होत्या. वेगवेगळ्या दिशांनी एकाच मोहिमेसाठी वेगवेगळी पथके पाठवायची. कर्नाटक मोहिमेच्या वेळी महाराजांनी हंबीरराव मोहित्यांना तोरगळ प्रांतातून तुंगभद्रा नदीच्या काठाकाठाने कुतुबशाही प्रदेशात शिरण्याची आज्ञा दिली. हे त्यांचे एक उदाहरण.

'गुरिला' युद्धपद्धती

शिवाजीमहाराजांनी स्वराज्यनिर्मितीचे कार्य हे लोकांमधे प्रखर देशभक्ती बाणण्यासाठी आणि अन्याय, अत्याचार दूर करण्याकरिता प्रवृत्त केले. सुमारे आठशे वर्षे यवनी राजसत्तेमुळे येथील समाज गांजला होता. त्यांच्यावर आर्थिक, धार्मिक आणि राजकीय जुलूम होत होते म्हणून येथील बहुसंख्याक हिंदुस्तानी जनतेला न्याय मिळवून देण्यासाठी महाराजांनी एक संघटित, एकसंध, सामाजिक पार्श्वभूमी निर्माण केली. तळागाळातील सामान्य माणसांपासून ते देशमुख, पाटील, जहागिरदार या सर्व लोकांना एकत्र आणले. स्वत: अत्यंत चारित्र्यसंपन्न राहून हजारो माणसांपुढे एक आदर्श निर्माण केला आणि माणसे मिळविली, वाढविली, नवीन निर्माण केली. शत्रुपक्षाविरुद्ध अशी एक चेतना निर्माण झाली की, हे एक श्रींचे राज्य व्हावे, आपले राज्य व्हावे असे प्रत्येकाला वाटू

लागले आणि मग महाराष्ट्रामधे प्रत्येकजण हा सैनिक बनला. आणि इ.स. १६४५ ते १६६० पर्यंत महाराज आदिलशाही आणि मोगलशाही यांच्या विरुद्ध लढले. अशी संघटित सामाजिक शक्तीला जेरीला आणणारे उत्पाती हल्ले म्हणजे 'गुरिला' युद्ध. म्हणजेच वृकयुद्ध त्याद्वारे अचानक हल्ला करणे, दबा धरून बसणे, शत्रूची रसद तोडणे, खजिन्यावर छापा घालणे अशा तऱ्हेच्या या 'गुरिला' युद्धाचा वापर महाराजांनी अनेक ठिकाणी केला. हंबीरराव मोहिते यांना हे युद्धतंत्र अवगत होते.[१८]

स्पॅनिश भाषेत 'गुएरा' असा शब्द आहे. त्याला इला जोडले तर गुएरा + इला = छोटी लढाई असा अर्थ होतो. हा शब्द स्पेनमध्ये पहिल्यांदा वापरला गेला. तेथील नागरिकांनी छोट्या छोट्या तुकड्या करून नेपोलियनच्या सैन्याशी सामना केला. तेथपासून या तंत्रास 'गुरीला वारफेअर' अशी संज्ञा मिळाली. मराठीत त्यास 'गनिमी कावा' हा शब्द वापरतात.

संदर्भटिपा

१. सभासद बखर, पृ. ९० - ९१

२. आज्ञापत्र - 'हुकुमतपन्हा', पृ. १२६

३. सेन, सुरेंद्रनाथ 'मिलिटरी सिस्टिम ऑफ मराठाज्', पृ. ४

४. ई.आर.एस. (इंग्रजी), पृ. २६०

५. ग्रॅण्ट डफ खंड १, पृ. १८१ - १८२

६. सातारच्या पंतप्रतिनिधी घराण्याचा इतिहास, भाग-२, पृ. १५, अ. ना. भागवत व वा. प. मेहेंदळे, शके १८५१ (सन १९२९), औंध संस्थान छापखाना.

७. सभासद बखर, पृ. २५

८. तत्रैव, पृ. ९३

९. तत्रैव, पृ. २९ - ३०

१०. तत्रैव, पृ. ३०

११. स्कॉट 'हिस्ट्री ऑफ डेक्कन', खंड - २, पृ. ५५

१२. देशपांडे, प्र.न. 'शिवाजीमहाराजांची पत्रे', पृ. १४१, सुषमा प्रकाशन, धुळे, सन १९८३

१३. चिटणीस बखर, प्र. ३३

१४. फ्रायर, पृ. ७४ – ७५

१५. सेन सुरेंद्रनाथ, 'मिलिटरी सिस्टिम ऑफ मराठाज्'

१६. चौहान देवीसिंग, दख्खनी हिंदींतील इतिहास व इतर लेख, पृ. १७

१७. सेन सुरेंद्रनाथ (इंग्रजी) 'फॉरिन बायोग्राफीज ऑफ शिवाजी', पृ. ३०६

१८. छत्रपति शिवाजी स्मृतिग्रंथ – महाराष्ट्र राज्य पाठ्यपुस्तकनिर्मिती व अभ्यासक्रम
संशोधन मंडळ पुणे, सन १९७६, पृ. ६० – ६२

❏

४. शिवराज्याभिषेकानंतरचे पहिले सीमोल्लंघन

सीमोल्लंघन

विजयादशमीनंतर सीमोल्लंघनासाठी दिनांक ६ ऑक्टोबर, १६७४ रोजी (आश्विन वद्य २, शके १५९६) हंबीरराव आणि त्यांच्या सेनेसह महाराज कल्याणला पोहोचले.[१] बहादुरखान कल्याण-भिवंडीच्या परिसरात होता. महाराजांनी काही सैन्य तेथे ठेवले व ते पालीला गेले. लुटीसाठी टिकाव, कुदळी, तोमरे घेतलेले मजूर बरोबर होते.[२] रामनगरमार्गे सुरतेकडे जाण्याचा मनसुबा महाराजांचा असावा, कारण सुरतेच्या सुभेदाराला त्यांनी खंडणी न दिल्यास पावसाळा झाल्यावर तुझा समाचार घेऊ असे कळविले होते. रामनगरच्या दिशेने सैन्य चालू लागले. लोकांमध्ये घबराट निर्माण झाली. चिखली, गणदेवी, बलसाड इ. गावचे लोक भीतीने पळत सुटले.[३]

रामनगरच्या खिंडीत तीन-चार सहस्र भिल्ल अचानक पुढे उभे राहिले. एक लाख रुपये देण्याचे महाराजांनी सांगूनही भिल्ल मागे हटले नाहीत. मराठ्यांनी औरंगाबादेकडे कूच केली.

स्वराज्याच्या खजिन्यात भर

राज्याभिषेक समारंभास झालेला प्रचंड खर्च भरून काढणे गरजेचे होते. त्याकरिता महाराजांनी जुलै १६७४ मध्ये पेडगाव (बहादुरगड) येथे बहादूरखानावर हल्ला करण्याची हूल दाखविली आणि त्याला छावणीच्या बाहेर काढून पन्नास मैल मराठ्यांनी आपल्या पाठलागावर आणले आणि सात हजार निवडक घोडेस्वारांनिशी दुसऱ्या मार्गाने जाऊन त्याच्या गाफील असलेल्या मुख्य छावणीवर अकस्मात (गुरिला पद्धतीने) हल्ला चढविला. त्यात एक कोटी रुपयांची लूट आणि दोनशे नामांकित घोडे मिळाले. ऑक्टोबरच्या शेवटी प्रचंड सैन्यानिशी घाबरलेल्या बहादुरखानाच्या छावणीला वळसा घालून औरंगाबादजवळची अनेक शहरे लुटून फस्त केली. पुढे बागलाणात आणि खानदेशमध्ये डिसेंबरपर्यंत प्रचंड लूट मिळविली. एरंडोलच्या उत्तरेला असलेल्या धरणगावला महाराज पोहोचले.[४]

१ जानेवारी, १६७५ रोजी मराठ्यांनी धरणगावची वखार लुटली. तीस-चाळीस कापडाची ठाणे आणि दहा हजार रुपयांची लूट मिळाली. इंग्रजांनी मराठ्यांच्या सेनापतीला

(हंबीररावांना) इंग्रज-मराठे तहाची आठवण करून दिली. मराठ्यांनी ही गोष्ट मानली नाही. वखारीचे अधिकारी सॅम्युअल ऑस्टीन व हॅगर स्टेन हे सुरतला पळाले.[५] मोगलांचा सेनापती कुतुबखान याचे तीनशे-चारशे हशम मराठ्यांनी मारले, प्रचंड लूट मिळाली. महाराजांच्या बरोबर हंबीरराव होते. खानदेश, बागलाण, गुजरात, अहमदाबाद, बऱ्हाणपूर, वऱ्हाड, माहूर या मोगलाई प्रदेशात महाराजांच्या बरोबर हंबीररावाने प्रचंड खंडणी आणि मालमत्ता जमा केली आणि महाराजांबरोबर ते रायगडला परतले. या मोहिमेतील हंबीररावांच्या कर्तृत्वाबद्दल सभासद काय म्हणतो ते पाहा -

यानंतर पुढे दिल्लीहून बहादुरखानदेखील हरोल दिलेलखान हे फौजेनिशी अमदानगरास येऊन राहिले. हे वर्तमान राजियास कळलिया वरील राजियांनी गडकोट किल्ले यांस खबर केली आणि मजबुतीने राहिले. मग जासूद पत्रे नबाब बहादुरखान यांचेकडे गुप्तपणे पाठविली. 'हरद्र सोधावे, पुढे तजवीज करणे ती करावी' असें केलें आणि राजियांनी आपले लष्करास हुकूम करून हंबीरराव सरनौबत फौज घेऊन मोगलाईत शिरले. खानदेश, बागलाण, गुजरात, अहमदाबाद, बऱ्हाणपूर, वऱ्हाड, माहूर, वरकड देश नर्मदा पावेतों देखील जालनापुर या देशांत स्वारी करून, मुलुख मारून खंडणीजप्त केला. मालमत्ता अगणित जमा करून चालिले. तो बहादुरखान यांणीं कुल जमाव घेऊन हंबीररावाचे पाठीवर चालून आले. राजियांची फौज तालेदार गांठली. मोगल बहुत धास्तीने घाबिरा होऊन सात-आठ गावांचे अंतराने चालिला. दिलेलखान उतावळा होऊन फौजेशी गांठ घातली. हंबीरराव यांनी दिलेलखान नजरेंत धरिला नाहीं. तोलदारीनें मत्ता घेऊन आपले देशास आले. मालमत्ता राजियास दिली.

रामचंद्रपंत अमात्य आपल्या आज्ञापत्रात या स्वारीचा उल्लेख करताना म्हणतात.... अनुपदे औरंगाबाद, बुऱ्हाणपुर म्हणजे या दक्षिण प्रांती यवनेशांचे मुख्य गुल्म त्यावर चालून गेले असता अपरिमित यावनी सेना समरोन्मुख जाहली. तुंबळ युद्धप्रसंग प्राप्त जाहले. यवनांनी जीविताशा सोडून अतिशयित पराक्रम दर्शविला. तथापि त्यांचा नाश व स्वामीचा विजय प्रभाव बलवर्धिष्णू व्हावा हे श्री इच्छा बलवंत. तद्नुसार स्वामीच्या प्रतापानळे अशेष यावनी सेना शलभन्याये विदग्ध होऊन पराजय पावली. कित्येक सैनिक यमसदनास गेले, कित्येक परांगमुख जाहले, कित्येक हस्तवश केले. अश्वगजाती तदूसंबंधी संपूर्ण संपदा हातास लागली. औरंगाबाद, बुऱ्हाणपुरादी संपूर्ण या प्रांतांची स्थळे हस्तगत घेऊन स्वामींचे विजयध्वजे सुशोभित जाहली........[६]

कर्नाटक मोहीम आणि हंबीरराव

महाराजांनी निर्माण केलेले हिंदवी स्वराज्य ही सर्व शाह्यांच्या डोळ्यांत खुपणारी बाब होती. विजापूरच्या आदिलशाहीतील राजकारण अतिशय गुंतागुंतीचे झाले होते. त्यामुळे शिवाजीमहाराजांनी आपले स्वराज्य दक्षिणेकडे विस्तारित करावे हा विचार केला. आणि या स्वारीवर आपण स्वत: जावे असे केले.[७]

आदिलशाही वजीर खवासखान याने मोगली सरदार बहादुरखानाशी तह करून शिवाजीच्या वाढत चाललेल्या सामर्थ्यास शह देण्याचे ठरविले. या तहात मोगलांनी विजापूरकरांची ८५ लक्ष रुपयांची खंडणी माफ केली. विजापूरकरांनी मात्र शिवाजीवर चढाई करण्यासाठी २५ हजार स्वार व हशमांनिशी सिद्ध व्हावे असे ठरले. सातारा, पन्हाळा हे किल्ले जिंकावे आणि कोकणात धूमाकूळ घालावा. कोकणप्रांत लुटावा असे ठरले.[८]

हा तह आणखी एका गोष्टीमुळे बळकट झाला. बहादुरखान आणि खवासखान यांच्यात सोयरीक होऊन ते एकमेकांचे व्याही झाले. महाराजांपर्यंत या गोष्टी अचूकपणे येऊन पोहोचल्या. त्यानुसार महाराजांनी आपले धोरण आखले. प्रथम साताराचा किल्ला आणि पन्हाळगड यांचा त्यांनी पूर्ण बंदोबस्त केला आणि मोगलांच्या प्रदेशात परत एकदा चढाई करण्याचा त्यांनी पवित्रा घेतला.

हंबीररावांनी लासूर लुटले

सेनापती हंबीरराव मोहिते वाई – पुणे – दौलताबाद आणि त्याजवळील लासूर या व्यापारी पेठेवर दाखल झाले. लासूरपेठ त्यांनी लुटली आणि बदसूर करून टाकली. बहादुरखानाला हे समजताच लासूर येथे दोन्ही सैन्यांची प्रचंड लढाई झाली. दोन्हींकडचे नुकसान झाले. बहादुरखानाचे चार हत्ती हंबीररावांच्या हाती लागले.

विजापुरात दक्षिणी विरुद्ध पठाणी वाद

बहादुरखानाशी झालेल्या तहानुसार विजापुरातून खवासखानाने महाराजांवर आक्रमण करण्याची तयारी केली. आणि येथे सुरू झाले, 'दक्षिणी विरुद्ध पठाणी पर्व!' पठाणांचा नेता बहलोलखान याला खवासखानाचा वरचढपणा लक्षात आला आणि आता खवासखानाचे वर्चस्व खलास करण्याच्या कामाला तो लागला. एक दिवस खवासखानाला रात्री भोजनाला बोलवून, दारू पाजून नशेत असताना गिरफदार केले आणि त्याला बंकापूरच्या किल्ल्यात ठेवले. (दि. १९/११/१६७५) नंतर त्याने त्याला ठार केले. त्यामुळे बहादुरखान अतिशय चिडला आणि बहलोलखानाचा काटा काढण्याचे त्याने ठरविले.[९]

दक्षिण भारतातील राजकारण

विजापुरातील दक्षिणी आणि पठाणी संघर्ष हा विकोपाला जाऊन पठाणांचे विजापूरवर वर्चस्व प्रस्थापित झाले. कर्नाटक (तमिळनाड) येथे शेरखान लोदी आणि नासीर मोहम्मद यांच्यात संघर्ष सुरू झाला. शेरखान हा पठाणी होता. त्याने पॉण्डेचेरीच्या फ्रेंचांची मदत मिळविली आणि तो बलिष्ठ झाला. नासीर मोहम्मदाने मदुरा, तंजावर, या विजयनगरच्या अवशेष हिंदू राजांची मदत घेतली. कुतुबशाहीला धोका उत्पन्न झाला. या सर्व परिस्थितीचा फायदा शिवाजीमहाराजांचे सावत्र भाऊ व हंबीररावांचे आत्येभाऊ वेंकोजीराजे यांनी घेतला आणि तंजावर ताब्यात घेऊन आपण अभिषिक्त राजा होण्याचे ठरविले. कुतुबशाहीतील बेबंदशाही संपुष्टात आली. तेथे मादण्णा आणि अक्कण्णा या दोन थोर मुत्सद्यांनी कुतुबशाहीच्या पुनर्बांधणीस सुरुवात केली. मोगल सरदार बहादुरखान याने विजापूरच्या बहलोलखानाचा नाश करण्याचा औरंगजेबकडून कौल मिळविला.

रघुनाथपंत हणमंते या मुत्सद्यांशी व्यंकोजीराजांचे बिनसले. रघुनाथपंतांना शहाजी राजांनीच व्यंकोजींच्या पदरी ठेवले होते. त्यांचे वडील नारोपंत हे शहाजीराजांच्या पदरी होते. रघुनाथपंतांचे बंधू जनार्दनपंत व्यंकोजीराजांकडून अपमानित झाल्यावर बंधुद्वय अत्यंत विश्वासू, विद्वान आणि वित्पन्न असे बहुमोलाचे मुत्सद्दी व्यंकोजीराजांनी गमावले. (१६७५च्या अखेर) या सर्व घटना हे बंधुद्वय रायगडावर आल्यावर महाराजांना ज्ञात झाल्या. दक्षिणेतील हैद्राबाद, जिंजी, तंजावरकडील संपूर्ण राजकीय हालचाली महाराजांना समजल्या. महाराज साताऱ्यावर आजारी होते. आपण आजारी असल्यामुळे पठाणविरुद्ध निर्माण झालेल्या सर्व कलहाचा फायदा आपणास तूर्त घेता येणार नाही, हे जाणून महाराजांनी व्यंकोजीराजांना पत्र लिहिले. जानेवारी १६७६ ला लिहिलेल्या या पत्रातून त्यांचे कर्नाटक मोहीम करून पठाणांची हकालपट्टी करावी. आपल्या राज्याचा विस्तार कसा करावा, आपली सत्ता बलवत्तर व्हावी हा दूरदृष्टिकोन लक्षात येतो.

'............ मथुरेचा (मदुरेचा) राजा आपले चंदावर (तंजावर) खाऊन सुखी असोन आपला सेरीख (= मित्र) व्हावा आणि आपण तरतूद तलास करून येळूरचा (वेल्लोर) कोट व रायेलाचे (= पूर्वीचे विजयानगरचे) तख्त हाताखाली घालावे. पुढे ऐसेच घाटावरी चढोन श्रीरंगपटनकरांसी आपलेयामध्ये सरीख करून आपणही काही श्वार संगीनाथ मेळवून बेंगरूलचा दावेदार थोरला कोट बहलोलखानाचा लोकापासोन रगडून घ्यावा.'

'........... येकोजीबाबा तुम्ही महाराजा म्हणवितोस हिंमत बांध आम्ही तरी येक वेडे बहलोलखानासी वर जादर झगडा लाविला आहे. सारी जमेती याची आम्हावर

गुतली आहे. येक हुसेनखान बागणुरा हाजाराका स्वारानसी आहे येक सेरखान वालगुपुरी आहे चंदीकडे पडलील तीन लक्षाचा मुलूक बहलोलखानासी आहे ऐसियास जरी आम्ही तुम्हाला ऐसी अक्कल ल्याहावी की चंदीमध्ये खवासखानाचा भाऊ महमद नासीरखान आहे तो तुम्ही मिलोन पठानाची विलायेत घ्यावी तरी महमद नासीरखान वेडे आहेत त्याच्याने पुढे राजकारणाची बुनयाद चालवत नाही याकारणे तुम्हाला हुजरून लिहितो की बहलोलखाने विजापुरीतून तुम्हाला लिहिले असेल की सेरखान तुम्ही मिलोन खिबा (किला ?) कबज सेरखानाचो हवाला करणे तरी येकोजीबाबा तुम्ही पैकियावर न पाहाणे जरी बहलोलखानाचा तिकडे सेरखान आहे तो लस्कारीयास दोन होन देई तरी आपण तीन होन द्यावे आणि लस्कर हशम जमेती करावी लोक कोणाकडे चाकरी न करीत येकोजी महाराजा पैके फार देतो त्याचेकडे जाऊन चाकरी राहून म्हणे ऐसे करून आपणाकडे जमेत करून बलकट होणे बहलोलखानाचा कागद तरी चंदी घ्यावी महमद नासीरखान मारून गर्देस मेलवावा आणि सेरखान सहजेच आपण होऊन तेथे कमजोर असेल तो भेटीस म्हणोन बोलावून आणून तेथेच जमे करावा. त्याची जमेत काही असली त्यावरही हल्ला करावा म्हणजे चंदी आपणास आली. वालगुडपुराभवता मुलूक आहे तो ही आपणास चालोन आला तरी सदरहूप्रमाणे वर्तणूक केली तरी येहेणेप्रमाणे फते होतच आहे. म्हणजे येकोजीबावा तुम्हाऐसा कर्नाटकामध्ये जोरावर कोण्ही नाही........'[१०]

जानेवारी १६७६ पूर्वी शेजवलकर म्हणतात. शांताराम आवळसकरांच्या मते १६७५ अखेरचे आहे.[११]

'कर्नाटकातून पठाणांना घालवून दक्षिणेत आपले संपूर्ण राज्य निर्माण करण्याची प्रेरणा देऊन व्यंकोजीराजांनी आपल्या वडिलांचा आदर्श समोर ठेवून आपल्या वडिलांची कीर्ती कर्नाटकात वाढवावी अशी कळकळीची इच्छा महाराज या पत्रातून व्यक्त करतात. दक्षिणी मुस्लिम आणि हिंदू सरदार यांची गळचेपी आणि पठाणी वर्चस्वाविरुद्ध निर्माण झालेली नाराजी, संताप, बहादुरखानाची दिलेरखानाबद्दलची चीड, मादण्णासारख्या स्वधर्माभिमानी मुत्सद्द्याच्या माध्यमातून कुतुबशहाचा घेता येण्यासारखा पाठिंबा, रघुनाथपंत, जनार्दनपंत यांचे तिकडचे वास्तव्य, अनुभव आणि सर्व भौगोलिक व आंतरिक परिस्थितीची माहिती या सर्वांचा फायदा उठवून कर्नाटकात आपला राज्यविस्तार करण्याचा महाराजांनी दूरदर्शी विचार केला आणि कर्नाटक-मोहिमेची तयारी केली. सेनापती हंबीरराव मोहित्यांचा महाराजांच्या समवेत सहभाग असल्यामुळे या मोहिमेची पूर्वपीठिका आम्ही दिली आहे.

४ जुलैपूर्वी महाराजांचे एक पारखे झालेले सेनापती नेताजी पालकर उर्फ महमद

कुलीखान हे रायगडावर दाखल झाले. महाराजांनी १९ जून १६७६ रोजी (आषाढ वद्य ४ शके १५९४) रोजी त्यांना शुद्ध करून परत धर्मात आणले. (शकावली)

आजारातून बरे झाल्यावर

महाराज आजारातून बरे झाले. व्यंकोजीराजांना लिहिलेल्या अत्यंत सखोल आणि दूरदृष्टीच्या पत्राची व्यंकोजीराजांनी काडीमात्र दखल घेतली नाही. दक्षिणेतील राजकारण फारच चिघळले होते. विजापूर कोणत्याही परिस्थितीत औरंगजेबाला मिळता कामा नये, याची जाणीव कुतुबशहाला होती. यासाठी महाराजांनी आदिलशहाशी तह केला. (जुलै १६७६) त्यानुसार तीन लक्ष रुपये पेशकश व दरवर्षी एक लक्ष रुपये खंडणी देण्याचे निश्चित झाले व कोल्हापूरपासून पाच कोसांवर कृष्णाकाठचा मुलूख मराठ्यांकडे राहावा असे ठरले.[१२] याच वेळी अचानक बहादुरखानाने नळदुर्ग किल्ल्याला वेढा घातला. बहलोलखानास कुतुबशहाने मदत केली आणि मोगलांचा पराभव झाला. पठाणांनी ऐनवेळी बहलोलखानाला मदत केली. बहादुरखानानेपण शेवटी महाराजांशी तह केला. बहलोलखान हा दिलेरखानच्या जवळचा होता. त्याने कुतुबशहाच्या मदतीने केलेला तह फेटाळला. पण नंतर तो तह झाला. निराजीपंतांना पाच हजार सैन्यासह महाराजांनी त्याच्याकडे पाठविले.[१३]

दक्षिणदिग्विजयासाठी अशा तऱ्हेने महाराजांनी अतिशय अनुकूल असे वातावरण तयार केले. स्वराज्याची व्यवस्था लावून भरपूर खजिना, प्रचंड घोडदळ व पायदळ व कर्नाटकातील माहितगार मंडळी यांच्यासह महाराज दक्षिण-दिग्विजयास सिद्ध झाले. सभासद लिहितो, 'तुंगभद्रा देशापासून कावेरीपर्यंत कर्नाटक साधावें हा बेत मनात धरिला. त्यास लष्कर पाठवून साधावें तरी दिवसगतीवर पडतें. म्हणून खुद्द राजियांनी आपण जावें असें केलें. त्यास पेडगावी बहादुरखान गनीम पाठीवर येईल म्हणून निराजीपंत न्यायाधीश पाठविले. कित्येक द्रव्य अलंकार रत्नखचित पाठविली. त्यास अंतरंगे सख्य (करून) एक वर्षपर्यंत आपणांस कर्नाटक साधावयास लागेल. तुम्ही राजास उपद्रव न करणें असें त्यास सांगून ठायीं ठेविलें. आणि कर्नाटकास जावयास समागमे निवडून पागेपतके २५ हजार स्वार व सरकारकून रघुनाथ नारायण व जनार्दन नारायण हे कर्नाटकचे माहीतगार यांस बरोबर घेतले. वरकड पेशवे व सुरनीस व वाकनींस वरकड लष्कर राज्यास रक्षणास ठविले. आणि विचार केला की, 'कर्नाटक साधावयास द्रव्य लागेल, त्यास खजिन्यातील द्रव्य वेंचू नये नूतन मिळवावें आणि वेंच करून देश साधावा.' असा विचार करितां भागानगरचे पातशाहीत द्रव्य उदंड आहे. तेथे निष्ठुरता करून द्रव्य मिळवावे तरी वर्षास करभार भागानगरकर देतात. तेथे निष्ठुरता करूं नये. सख्य करून त्यांची भेट घ्यावी भेटीनंतर

सर्वही अनुकूल करून देतील, असा विचार करून भागानगरीं प्रल्हादपंत हेजीब राजियाचे होते, त्यांसी हे वर्तमान लिहून भेट घ्यावी हा विचार केला. तानाशाह पातशहा भागानगरकर यांनी मनांत बहुत शंका धरिली की, 'जैसा अफझुलखान बुडविला, कीं शास्ताखान बुडविला, दिल्लीस जाऊन अलमगीर पातशहास पराक्रम दाखविला, ऐसा एखादा अनर्थ जाहला तर काय करावें ? भेट मात्र राजियाची न घ्यावी. जे मागतील ते देऊं.' असें बोलिला मग पातशहाशीं व अकणापंत व मादंणापंत कारभारी यांशीं प्रल्हादपंते आण, शपत, क्रिया, बहुत दिधल्या. अपाय नाहीं स्नेहाची भेट घेऊन जातील, अशी बळकटी केली.(१४)

सैन्य

महाराजांनी वीस हजार घोडदळ आणि चाळीस हजार पायदळ बरोबर घेतल्याचे आणि शिवाजीमहाराजांची तुलना जगज्जेता अलेक्झांडर दि ग्रेट आणि ज्युलियस सिझर यांच्याबरोबर करून विजापूर घेतल्यावर तो दिल्लीला धडक मारणार आहे आणि तेथे औरंगजेबाला कोंडून टाकेपर्यंत तलवार म्यान करणार नाही अशी त्यांनी देवीजवळ प्रतिज्ञा केली आहे असे मुंबईकर इंग्रज पत्रातून लिहितात.

Shivaji Raja, carried on by ambitious desire to bee fam'd a mighty conquerour, left Rairi, his strongest hold in the kingdom of Concan, at the latter end of the last fair Montzoone and marched with his Army consisting of 20000 horses and 40000 foote into Carnateck, where the Telingas have two of the strongest holds in those parts called Chindi (Gingy), Chindawer (Tanjore) where many merchants are considerable inhabitants, and with a success as happy as Caesars in Spaine, he came, saw and overcame, and reported so vast a treasure in gold, diamonds, emeralds, rubies and wrought corall that have strengthned his armes with very able sinewes to prosecute his further victorious designs. Hee is at present before Banca Pore, two other very strong ghurrs or rocks, which soe soone as he hath taken in (being noe lesse destrous thereat than Alexander the Great was for by the agility of his wigned men (himself terming them birds) he took in lesse than 8 monthes time from the Mogull,

Jessing, 23 (inaccessible ones) resolves against Vizapore, the Metropolis of the Kingdome of Deccan propinque to them; and being become master thereof, was vowed to his Pagod never to sheath his sword till he has reached Dilly and shutt up Orangsha in it. Mora Punt, one of his Generalls, hath alsoe of late plundered. Trumbeck Nasses (Trimbak Nasik) and other considerable places within the Mogulls territoryes which hath added much to his trasure.[१५]

पायदळाचे सरनौबत येसाजी कंक, बाजी सर्जेराव जेधे, सोनाजी नाईक बंकी, बाबाजी ढमढेरे, आनंदराव मोरे, मानाजी मोरे, सूर्याजी मालुसरे, सेखोजी गायकवाड, धनाजी जाधव असे शूर योद्धे महाराजांनी आपल्या बरोबर घेतले. तसेच बाळाजी आवजी, मुन्सी नीलप्रभू, मुद्राधिकारी श्यामजी नाईक पुंडे हे प्रशासकीय अधिकारी त्यांनी बरोबर घेतले. हंबीरराव मोहिते यांना दुसऱ्या मार्गाने त्यांनी गोवळकोंड्याकडे पाठविले. महाराजांनी आपल्या हालचालींचा कोणासही थांगपत्ता लागू दिला नाही. अत्यंत गुप्तता राखली. त्यांचे नेहेमीचे तंत्र दिशाभूल करणे, सोंग घेणे, वेषांतर करणे आणि आभास की सत्य, सत्य की आभास असा बेमालूम बहुरुपियाचा खेळ करणे हे होते. अफजलखान वध काय, पन्हाळगडावरून सहीसलामत निसटणे काय, लालमहालात सहज केलेले शाहिस्तेखान प्रकरण काय किंवा आगऱ्यावरून बादशहाला चकवा देऊन निसटणे काय या गोष्टींचा विचार केला म्हणजे महाराजांच्या युक्ती बुद्धीच्या अपार सामर्थ्याची कल्पना येते. हंबीरराव मोहिते आपल्या सैन्यासह नाशिक येथे होते.[१६] आणि त्यामुळेच १६७६ च्या दसऱ्यानंतर आपले सेनापती हंबीरराव मोहिते यांना तोरगळ प्रांतातून कुतुबशाही प्रदेशात शिरण्याची आज्ञा दिली. त्यांच्याबरोबर अत्यंत स्वामिनिष्ठ आणि शूर घराण्यातील कान्होजी जेधे यांचे पुत्र बाजी सर्जेराव आणि नातू नागोजीराव यांना बरोबर दिले आणि हंबीररावांनी कर्नाटकाकडे कूच केले.

संदर्भटिपा

१. प.सा.सं. १६८६ – १६८७

२. प.सा.सं. १६९०

३. ई.एस.आर., व्हॉल्यूम – २, पृ. २६

४. सरकार, जदुनाथ (अनुवाद – कालेरकर, डॉ. श. गो.) ए शॉर्ट हिस्ट्री ऑफ औरंगजेब, पृ. १९२ – १९३

५. ई.एस.आर., व्हॉल्यूम – २, पृ. २६

६. रामचंद्रपंत अमात्य, 'आज्ञापत्र', 'हुकूमतपनाह', पृ. १२८ – १२९

७. सभासद बखर, पृ. ८८

८. ऐतिहासिक साधने, पृ. २३

९. शककर्ते शिवराय, पृ. ८८४

१०. ऐति. साधने, पृ. २३

११. आवळसकर, शां. वि., शिवचरित्राची रूपरेखा, पृ. १६० – १६१

१२. प.सा.सं., १८८३

१३. तत्रैव, १८८५

१४. सभासद बखर, पृ. ७८

१५. इंग्लिश रेकॉर्ड्स ऑन शिवाजी, नं.२७२, व्हॉल्यूम–२, पृ.१४४ ते १५०

१६. ऐति. संकीर्ण सा. खंड – ३, लेख – १२४, पृ. २०१, परिशिष्ट

५. दक्षिण दरवाजावर हंबीरराव

विजापूरकरांचा कृष्णा आणि तुंगभद्रा या नद्यांच्या मधला काही प्रदेश मसूदखान या विजापुरी वजिराने शिवाजीमहाराजांना दिला होता. कोप्पळ या ठिकाणी अब्दुल रहिमखान मियाना नावाचा विजापूरचा आदिलशाही सरदार कारभार करीत होता. अब्दुल रहिमखानचा भाऊ हुसेन मियाना हा, हंबीरराव तेथे पोचले त्या वेळी हजर होता. मियाना बंधू यांच्या जुलमी आणि दुष्ट कारवायांबद्दल महाराजांच्याकडे तक्रारी पोचल्या होत्या. 'खान फार खाष्ट आहे, त्याची नेक नजर नाही, जुलमी जाजती करणे हा अविचारी याचे हाताखाली वागण्यास आम्ही कंटाळलो. याकरिता तुम्ही यश द्या, या दुष्टाच्या हातून आम्हाला सोडवा, याचा संसर्ग आम्हांस नको असे करा. तुम्ही म्हणाल आम्ही तुम्हांस बोलावू कुठे पाठविले, तर मधुकर अरण्यात स्वेच्छेकरून विहार करितो, परंतु वायुच्या योगे सुगंध आला म्हणजे ते स्थान सोडून सुगंधाकडे जसा जातो, तसे तुम्ही हिंदू धर्माचे स्थापक, या म्लेच्छांचे नाशक म्हणून तुम्हाकडे आलो. तुम्हाकडे आम्ही आलो हे ऐकून आमचे द्वारी आज तीन दिवस चौकी बसवली आहे. अन्नपाण्यावाचून जीव घेण्यास उद्युक्त झाले आहेत. तरी तुम्ही पत्र पावताच रात्रीचा दिवस करून यावे.'

वरील कोप्पळच्या जनतेची गाऱ्हाणी महाराजांनी ऐकल्यावर हंबीरराव मोहित्यांना मियाना बंधूंचा माज उतरवण्यासाठी आणि उच्छेद करण्यासाठी पाठविले. हंबीरराव संपगावच्या मार्गाने कोप्पळला जाण्यासाठी निघाले. हुसेन बंधूंनी तयारी केली. त्यांना समजले होते की, मराठ्यांचे सैन्य फार कमी आहे. आपली प्रचंड सेना मराठ्यांना सहजच नेस्तनाबूत करील अशा भ्रमात हुसेनखान मराठी सैन्याजवळ येऊन पोहोचला.

हंबीरराव आपल्या सैन्यासह गदगजवळ पोहोचले होते. तेथे हुसेन मियाणा त्यांना आडवा आला. एलगेंदेल्याजवळ दोन्ही सैन्ये समोरासमोर येऊन उभी राहिली. हंबीररावांचे सैन्य कमी होते आणि मियाणाचे सैन्य मात्र भरपूर होते. तरीसुद्धा हुसेनखानाचा पराभव झाला. याचे वर्णन एका फारसी साधनातून समजते....... 'हंबीरराव आला, त्याचबरोबर लहानशी फौज होती. तीजवर मियानाच्या फौजा चालून गेल्या. जानेवारी १६७७ मध्ये लिंगसागर नजीक येलबुर्गा येथे त्यांचा सामना झाला. मियाना शरिरेकरून जबर, कजाखही विशेष, हंबीररावाजवळ सरंजाम थोडा मायण्याची जमियत मोठी, असे असता हंबीररावाने वीज चकाकता अंधकार दूर होऊन शुद्ध उदकधारा नजरेस येते, तद्वत सैन्यात हल्लकल्लोळ होऊन खानाचे लोकांनी रास्ता देऊन, जसे वेणीचे केस दुभांग करून स्त्री वेणी घालते,

तशा रीतीने हंबीररावाने हत्यार चालविताच, फळी फूटोन दुभांग केले. शेकडो मनुष्य जातायेता मारीले. खान नामोहरम होऊन पळू लागले, त्यास धरून आणिले, सरंजामसुद्धा सर्व लष्कर पाडाव करून आणिले. हंबीररावकडील फक्त पाचपन्नास लोक जखमी झाले. हे वर्तमान विजापुरी गेल्यावर तिकडून मियांना सोडविण्यास आणखी फौज चालून आली. हे वर्तमान ऐकून धनाजी जाधव हंबीररावाचे मदतीस धावून आला. मग चहुकडून लांडगेतोड करून बेजार करून दिले. मुक्कामी छापा घालावा, चालत्या मार्गी लांडगेव्रकासारखे पाडाव करावे, ह्याप्रमाणे विजापुरास पोहोचेपर्यंत गलबत करून दिली. आईस लेकरू, लेकरास आई ओळखेना, आपला जीव वाचला तरी सर्व काही मिळेल, परंतु पळावे असेच मनास वाटावे; पुनः 'मराठ्यांचे लढाईची वाट ईश्वरा घालू नकोस' असे अंत:करणांत म्हणावें असे पराक्रम करून विजापुरी फौजांस घालवून देऊन व मियाना बंधूस कैद करून धनाजी व हंबीरराव गोवळकोंडा येथे शिवाजीस सामील झाले. धनाजीच्या शौर्याची शिवाजीने फार फार वाखाणणी केली. अब्दुलरहिम खान यास ठार मारले. तेव्हा हुसेनखानने कोप्पळास जाऊन किल्ला मराठ्यांच्या कब्ज्यात दिला. शिवाजीने हुसेनखानास सोडून दिल्यावर तो पुढे मोगलांचे पदरी जाऊन राहिला. औरंगजेबाने त्याला फत्तेजंग खान असा किताब दिला............'[१]

हंबीररावांच्या या पराक्रमाचे सभासद बखरीतसुद्धा अतिशय मनोरंजक वर्णन आढळते. कसे ते पाहा........... विजापुरचा सरदार हुसेनखान मायाणा पठाण मोठा तोलदार, पाच हजार पठाण, तिरंदाज बर्चीवाले, आडहत्यारी असे पंचरूढ तसे बहिले, बंदुकी, तोफखाना असा होता. हुसेनखान म्हणजे जैसा नबाब बेलोलखान याच्या जोडीचा सरदार. तो हंबीरराव याजवर चालून आला. मराठे म्हणजे मोठे हरीफ, त्यानी शर्त करून भांडण दिधले. नीट चढते घोडी घालून मारामारी केली. हुसेनखानाचो कित्येक लोक मारीले व घोडी मारीली व हत्ती रणांस आणिले. मोठे युद्ध बळकट दोन प्रहर दिवसापासून चार प्रहर रात्रपर्यंत जाले. सहा प्रहरात कुल फौज बुडविली, बारा हत्ती पाडाव केले. तसे उंट व बाजी जिन्नस बिछाईत खजिना व कापड बेमुहीन सापडले. मोठे झुंज करून फत्ते केली. रणदुतर्फा अपार पडले.[२] पठाणांचे दोन हजार घोडे आणि हत्ती मराठ्यांनी मिळविले. आपल्या फौजेचा पराभव होत असलेला पाहून खासा हुसेनखान हत्ती माघारा वळवून निसटून जाऊ लागला. बाजी जेधेंच्या तरुण पुत्राने, नागोजी जेध्याने हे पाहिले. तो घोड्यावर स्वार झालेला होता. त्याने आपला घोडा हुसेनखानच्या हत्तीसमोर नेऊन तलवारीच्या साहाय्याने हत्तीची सोंड कापली व हत्ती रणांगणाकडे वळविला. त्यावेळी चिडलेल्या हुसेनखानने सप्पदिशी एक तीर नागोजीच्या मस्तकावर मारला. मस्तकात शिरलेला हा तीर नागोजीची हनुवटी फोडून बाहेर आला. मराठ्यांनी हुसेनखानास पकडले. नागोजीचा

रुतलेला तीर बाहेर काढताच तो मृत्यु पावला. (जानेवारी १६७७) बाजी जेधे समीप होता. पोटचा तरणाताठा पोर त्याच्या डोळ्यांदेखत तळमळत ठार झाला. आणखी क्लेशदायक गोष्ट म्हणजे नागोजीची पत्नी गोदूबाई पतीनिधनाचे वृत्त ऐकताच कारीला सती गेली. गोदूबाई घोरपड्यांची लेक होती (जेधे करिना व जेधे शकावली). नागोजी जेधे गदगकडे ठार झाल्याची आणि त्यांची पत्नी गोदूबाई सती गेल्याची बातमी महाराजांना समजली. महाराज सांत्वनासाठी रोहिडे-खोऱ्यात कारीला आले. नागोजीची आई तुळजाबाई हिचे त्यांनी सांत्वन केले. प्रतिवर्षी एक शेर सोने द्यायची मोईन केली (जेधे करिना) (सु. १६७८) महाराजांच्या समवेत बाजी जेधे भागानगरकडे निघाले. बाजी सर्जेराव जेधे हे कान्होजी जेध्यांचे पुत्र आणि त्यांचा मुलगा नागोजी हा या युद्धामध्ये धारातीर्थी पडला. आणि कुतुबशाही प्रदेशाच्या सीमेवर पोहोचले. त्यांनी आपल्या सैन्यास ताकीद दिली एक काडी रयतेची तसनस न व्हावी. आवश्यक त्या वस्तू विकत घ्याव्यात. लूट मुळीसुद्धा करू नये. महाराजांची ही आज्ञा काटेकोरपणे सैन्याने पाळली. क्वचित उल्लंघन झाले तेथे शिरच्छेद करून जरब बसविली.[३] कोणीही कोठेही लूट वगैरे केली नाही.

महाराज गोवळकोंड्यास भागानगरात अबुलहसन कुतुबशहा उर्फ तानाशहाच्या राजधानीत पोहोचले.

संदर्भटिपा

१. सरकार, जदुनाथ, ब्रिटिश म्युझियम ओरिएंटल नं. १६४१ फारसी आर्टिकल व दस्त.

२. सभासद - बखर, पृ. ७७ - ७८

३. पुरंदरे, ब. मो. 'राजा शिवछत्रपति', आवृत्ती - १५, पृ. ९५१

❐

६. कुतुबशहाची भेट व दक्षिणदिग्विजय

महाराज मजल दरमजल करत भागानगरकडे निघाले. ते गोदावरीच्या तीराने नांदेड, बोधनमार्गे कुतुबशाही मुलखात पोहोचले. कुतुबशाही मुलूख लागताच त्यांनी आपल्या सैन्यास ताकीद दिली की, 'एक काडी रयतेनी तसनस न व्हावी. आवश्यक त्या वस्तू विकत घ्याव्यात व लूट मूळीही करू नये.' ही महाराजांची आज्ञा काटेकोरपणे पाळण्यात आली. क्वचित उल्लंघन झाले तिथे शिरच्छेद करून जरब बसविण्यात आली. महाराजांच्या स्वागतासाठी कुतुबशहा स्वत: सामोरा येण्याची तयारी करू लागला. महाराजांनी त्यांना निरोप पाठविला, 'तुम्हि न येणे. आपण वडीलभाऊ. मी धाकटा भाऊ. आपण पुढे न येणे.' बादशहा बेहद्द खूश झाला. त्याने आपले प्रधान आकण्णा व मादण्णा यांना महाराजांसामोरे पाठविले. त्यांनी महाराजांना सन्मानपूर्वक शहरातून मिरवत बादशहाकडे नेले.[१] (फेब्रुवारी १६७७)

या भेटीचे वर्णन सभासद करतो. 'राजियाने आपल्या लष्करास कुल जरी समान केला होता. सुमूहूर्त पाहून बादशहाचे भेटीस नगरामध्ये चालिले. बादशहाने कुलनगर श्रृंगारिले. चौफेरी बिदीस कुमकुमकेशराचे सडे, रंगमाळा घातल्या. गुढीया, तोरणे, पताका, निशाणे नगरात लाविली. नगर नागरिक लोग कोट्यानुकोटी राजा पाहावयास उभे राहिले. नारींनी मंगळ आरत्या अगणित उजळून राजियांस वंदिले. राजियांनी लोकांस खैरात, द्रव्य वस्त्रे अगणित दिली..... कुल सरकारकून व हंबीरराव वरकड सरदार यांचे मुजरे महालावरील उभयतां छत्रपती बैसूर मुजरे घेऊन सरदारांचे पराक्रम नाव पाहून सर्वांस अलंकार, वस्त्रे, हत्ती, घोडे, मनुष्य पाहून दिधले आणि पादशहा बोलिले की, 'सर्वाप्रसंगी आपणांस तुम्ही साहाय्यक असावे'.......... यांत हंबीररावांना सेनापती म्हणून वस्त्रे, अलंकार, हत्ती, घोडे इत्यादी देऊन कुतुबशहाने सन्मानित केले.[२] महाराज आपल्या खासा मुत्सद्द्यांसह शाही महालात पोहोचले. लष्करचे लोक कंबरबंदी करून दाद महालापुढील मैदानात बसविले. कुतुबशहा महाराजांना सामोरा आला. उभयतांचे क्षेमालिंगन झाले. व हातात हात घेऊन कुतुबशहाने सन्मानपूर्वक आपल्याच आसनावर महाराजांना बसविले. दोघेही एकासनी बसले. एक प्रहर मनमोकळा संवाद झाला. कुतुबशहाने या भेटीत महाराजांना वस्त्रे, अलंकार, हत्ती, घोडे देऊन त्यांचा सन्मान केला. निरोप देण्यासाठी कुतुबशहा स्वत: महाराजांसमावेत खाली आला. हंबीरराव मोहिते यांचाही सेनापती म्हणून या वेळी सन्मान झाला असावा. दुसरे दिवशी मादण्णापंताने

महाराजांना व महत्त्वाच्या मुत्सद्द्यांना आपल्या घरी मेहमानीस आमंत्रित केले. यात हंबीरराव मोहित्यांचाही समावेश होता.[३] यानंतर कुतुबशहा व महाराज यांच्यात तह झाला. तहाची बोलणी आटोपल्यावर महाराज व तानाशाह हे उभयतां छत्रपती एकत्र बसून त्यांनी सरदार मानकऱ्यांचे मुजरे नावनिशीवार घेतले. कुतुबशहाने त्यांना दर्जानुसार वस्त्रे, अलंकार, हत्तीघोडे देऊन त्यांचा गौरव केला व म्हटले की, सर्व प्रसंगी आपणांस साहाय्य असावे.[४] यामध्ये सरसेनापती म्हणून हंबीरराव मोहिते यांचाही गौरव झाला असला पाहिजे.

भागानगरात महिनाभर मुक्काम करून (५ फेब्रुवारी ते १० मार्च १६७७) कुतुबशहाचे दिल जिंकून मोगलाविरुद्ध कुतुबशाही व हिंदवी स्वराज्य एकदिलाने राहावे. कुतुबशाही दरबारात आपला वकील व्हावा व आपणास एक लाख होन खंडणी मिळावी हे सर्व हेतू साध्य करून द्रव्य, वस्तू, दाणा, गोटा घेऊन महाराजांनी कुतुबशहाला भावपूर्ण निरोप दिला आणि ते हंबीरराव मोहित्यांच्या नेतृत्वाखाली आपली प्रचंड सेना घेऊन दक्षिणदिग्विजयासाठी सिद्ध झाले.

संदर्भटिपा

१.   प.सा.सं. १६७७, ४ मार्च १६७७
२.   सभासद बखर, पृ. ८८ – ८९
३.   तत्रैव, पृ. ९०
४.   तत्रैव, पृ. ९०

७. दक्षिणदिग्विजय

कुतुबशहाच्या भावपूर्ण भेटीनंतर महाराज आपले सेनापती हंबीरराव मोहिते यांच्या सेनेसह एप्रिल १६७७ च्या पहिल्या आठवड्यात कुतुबशहाचा सरलष्कर मिर्झा मोहम्मद अमिन एक हजार स्वार, चार हजार पायदळ आणि तोफखाना यांच्यासह कृष्णा नदी ओलांडून कर्नूलच्या ईशान्येस असलेल्या कृष्णा-तुंगभद्रेच्या निवृत्तिसंगम या तीर्थक्षेत्री पोहोचले. तेथे तीर्थस्नान करून श्रीशैलम् या ठिकाणी मल्लिकार्जुनाच्या दर्शनासाठी गेले. आपले निवडक मुत्सद्दी त्यांच्याबरोबर होते. अर्थात हंबीरराव मोहितेही त्यांच्याबरोबर असावेत. श्रीशैलम् येथे ९ दिवसांचा मुक्काम झाला. अलमपूर, कर्नूल, नंदियाल, कडाप्पा या मार्गे तिरुपती येथे येऊन श्रीव्यंकटेशाचे त्यांनी दर्शन घेतले. नंतर ते मद्रासजवळील कोड्डापोलम (पेडापोलम) येथे आले. जिंजी जिंकली व वेल्लोरला वेढा घातला. नंतर महाराजांनी जिंजीचा किल्ला ताब्यात घेतला. (१३ मे १६७७ सुमार) जिंजीची व्यवस्था करून कुतुबशाही तोफखान्यासह २५ मेच्या सुमारास अब्दुलखान हशबीच्या ताब्यात असलेल्या वेल्लोरच्या किल्ल्याला मराठ्यांनी वेढा घातला. जिंजीच्या नासीर मोहमदाने जसा जिंजीचा किल्ला महाराजांशी तह करून त्यांना देऊन टाकला तसा वेल्लोरचा कोटसुद्धा महाराजांना देऊन टाकावा अशी सूचना अब्दुल्लाखानाला केली. ती त्याने धुडकावून लावली. महाराजांचे सरदार नरहरी रुद्र वेढा तसाच चालू ठेवला.

शेरखानाचा समाचार

महाराजांनी आता शेरखान लोदी याचा समाचार घेण्याचे योजले. सहा हजार घोडेस्वारांनिशी शेरखानाचा त्यांनी पाठलाग केला. त्याच्या सासऱ्याच्या ताब्यात असलेल्या तिरुवाडीच्या किल्ल्यात तो होता. शेरखानाचा पाठलाग करून महाराजांनी त्याचा सर्व मुलूख जिंकला. २० हजार होन खंडणी त्याचा मुलगा इब्राहीमखान यास ओलीस ठेवून वसूल केली. (जुलै १६७७)

सावत्र बंधूंना साद

महाराज तिरुमळ्ळपाडी (तिरुमलवाडी) या ठिकाणी आले. कर्नाटकात आपले सावत्र बंधू एकोजीराजे यांच्याशी भेटण्यासाठी त्यांनी अनेक वेळा इच्छा व्यक्त केली. त्यांना पत्र लिहिले......... 'बहुतरीती घरोबीयाचा व्यवहार सांगून आपला वडिलार्जित

संपत्तीतील अर्धा वाटा आपल्यास बऱ्याबोले द्यावा व गृहकलह टाळावा असे कळविले.' परंतु व्यंकोजीराजे यांनी या गोष्टीची दखल घेतली नाही. वरचेवर महाराजांनी कळविल्यानंतर आम्ही वडिलांच्या भेटीसाठी येतो असे पत्र त्यांनी महाराजांना दिले.[१] अभयाची क्रियाशपथ देऊन महाराजांनी त्यांना निमंत्रित केले. दोन हजार स्वारांचा लवाजमा घेऊन व्यंकोजीराजे महाराजांच्या भेटीसाठी निघाले. महाराज स्वत:चे वडिलपण विसरून व्यंकोजीराजांना सामोरे गेले. शहाण्या मुत्सद्द्यांसमवेत एकांती दोन्ही बंधूंच्या बैठकी झाल्या. 'तुम्ही आम्ही प्रत्यक्ष बंधू. आज तेरा वर्ष झाली महाराजांनी कैलासवास केला. सर्व दौलतीचा (तुम्ही) अनुभव घेतला, वडिलांचे संपादील्या अर्थाचे उभयतांहि विभागी. तुम्ही आम्हांस काहीच न कळविता आपले विचारांनी वहिवाट केली. तुमची संपादल्या दौलतीत आम्ही विभाग मागतो, असा अर्थ नाही. तुम्हांस ईश्वरांनी सामर्थ्य द्यावे, नवीन संपादावे, परंतु वडिलांचे जोडीचे अर्थास आमचे विचाराशिवाय करणे, चालणे तुम्हांस विहित नाही. काय दौलत आहे त्याचे कागदपत्र समजवावे. तुम्ही आम्ही समजावून चालू. तुम्हास जड पडेल तेथे आम्ही मदत देऊ. कोणेविशी मनांत खतरा ठेवू नये. 'आमचा अर्धा वाटा आम्हास द्यावा.'[२] व्यंकोजीराजांना ही गोष्ट मान्य नसावी. आम्ही जिवाशा न धरीता राज्य मिळविले. त्यात तुमचा संबंध काय ? वडिलांनी मिळविले, त्याप्रमाणे आम्हाकडे असल्यास वाटावे म्हणतील तेव्हा दौलताबादकडील व विजापुरकराकडील सरंजाम व दिल्लीचे तहातील आला विषय आम्हास का नसावा.[३] व्यंकोजीराजांना विजापुरकरांकडील संबंध सोडावयाचे नव्हते आणि महाराजांना कर्नाटकात घरचा शत्रू ठेवायचा नव्हता. व्यंकोजीराजे काहीच मानावयास तयार होईनात. त्यांच्या कारभाऱ्यांनी जबरदस्तीने शिवाजीराजे तुमच्याकडून आपला हिस्सा घेतील अशी भीती घातली. त्याबरोबर व्यंकोजीराजे तंजावरकडे पळाले. महाराज अतिशय दु:खी झाले. 'काय निमित्त पळाले ! आम्ही त्यास धरीत होतो की काय ?..... उगेच उठून पळून गेले. अति धाकटे ते धाकटे. बुद्धिही धाकटेपणायोग्य केली !' महाराजांनी आपल्या अनेक मुत्सद्द्यांमार्फत व्यंकोजीराजांना बहुता रितीनी सांगून पाहिले की, 'गृहकलह वाढवू नये, वाढविल्याने पहिले युगी कौरव-पांडव बहुत कष्टी झाले. गृहकलह वाढविल्या उभयपक्षी कष्टी होईजे. म्हणून वाटे करून समाधानाने राहावे.' परंतु व्यंकोजीराजांनी दुर्योधनासारखी दुष्टबुद्धी धरून संधी न करता युद्ध करावे असे ठरविले. अखेर अतिशय दु:खी होऊन 'अखंड स्थितीच निर्धारू' अशा कर्तव्यकठोर महाराजांनी व्यंकोजीचा मुलूख जिंकण्याची आज्ञा आपल्या सरलष्कर हंबीरराव मोहिते यांना दिली. त्याप्रमाणे व्यंकोजीराजांच्या ताब्यातील जगदेवगड, कावेरीपट्टम, चिदंबरम, वृद्धाचलम या भागांत मराठी सैन्याने प्रवेश केला आणि ही ठिकाणे जिंकली.[४] कर्नाटकात जिंकलेल्या प्रदेशांची जबाबदारी

रघुनाथ नारायण हणमंते आणि हंबीरराव मोहिते यांच्यावर सोपविली. जिंजी प्रदेशाचा व किल्ल्याचा बंदोबस्त केल्यानंतर आश्विन मासी (१७ सप्टेंबर ते १६ ऑक्टोबर दरम्यान) रघुनाथपंत हणमंते यांना चंदीचा साहेबसुभा सांभाळण्यास दिला. त्यांना मजमू देऊन एक लाख होन बक्षिस दिले. त्यांच्याजवळ तूर्त फौज असावी म्हणून सरनौबत हंबीरराव मोहिते व संताजी भोसले यांनाही जिंजीस ठेऊन महाराज निर्धास्त झाले.[५]

हा जिंकलेला प्रदेश १८० x १२० मैल इतक्या चौ. मैलांचा आणि वीस लाख होन वार्षिक उत्पन्न देणारा होता आणि त्यात १०० किल्ल्यांचा अंतर्भाव होता.

छत्रपती शिवाजी महाराजांनी व्यंकोजींचा प्रदेश घेतल्यावर तेथील व्यवस्था हंबीररावांकडे दिल्याचा उल्लेख महात्मा जोतीराव फुले शिवाजीमहाराजांवरील आपल्या पोवाड्यात करतात –

तंजोर बाकी ठेवी । घेई सर्व मुलूखाला । खडा कानाल लावला ।। दासीपुत्र संताजी बंधू । होता शिवाजीला । कर्नाटकी मुख्य केला ।। हंबीरराव सेनापती हाताखाली दिला । निघाला परत मुलखाला ।।[६]

संदर्भटिपा

१.   शिवदिग्विजय, पृ. ३०७
२.   तत्रैव, पृ. ३०९
३.   तत्रैव, पृ. ३०९
४.   जेधे शकावली
५.   सभासद बखर, पृ. ९४, जेधे शकावली, इतिहासमंजिरी, पृ. १०२
६.   श्री.छ.शि.म.स्मा.स., मुंबई, शा.छ.शि.मा., पृ. ४५

८. आते-मामेभाऊ यांचा सामना

ऑक्टोबर १६७६ च्या शेवटी महाराज आनंदराव व मानाजी मोरे यांच्या चार हजार घोडेस्वारांसह महाराष्ट्राकडे निघाले.[१] आपला प्रदेश शिवाजीने बळकविला म्हणून धाकटे व्यंकोजीराजे चिडले. महाराजांची पाठ फिरताच त्यांनी आपला मुलूख परत मिळविण्याची खटपट सुरू केली. मदुरेचा नायक आणि इतर पाळेगार यांच्याशी बोलणी करून युद्धाची तयारी केली. चार हजार स्वार आणि दहा हजार पायदळ जमविले. हंबीरराव मोहिते हे त्यावेळी आपले सैन्य घेऊन खडे होते. दोन्ही बंधू-बंधूंची (आत्तेभाऊ, मामेभाऊ) सेना समोरासमोर उभी ठाकली. लढाईस काही तोंड लागेना. हंबीररावांच्या वडिलांच्या बहिणीचे पुत्र व्यंकोजीराजे (आत्तेभाऊ) तर व्यंकोजीराजांच्या मामांचे पुत्र हंबीरराव ही दोघे आत्ते-मामे भावंडे एकमेकांसमोर उभी राहिली. व्यंकोजीराजांच्या सैन्याच्या तळाजवळ गिधाडे घिरट्या घालीत होती. हा अपशकुन आहे असे समजून व्यंकोजीराजाचे सैन्य हत्यार बाहेर काढण्यास तयार होईना. अखेरीस दि. ६ नोव्हेंबर १६७७ रोजी युद्धाला तोंड फुटले. सकाळपासून संध्याकाळपर्यंत युद्ध होऊन व्यंकोजीराजांनी विजय मिळविला. हंबीरराव मोहिते आणि संताजीराजे अतिशय दुःखी झाले. सैनिकांनासुद्धा या गोष्टीमुळे खूपच वाईट वाटले. आता आपली नाचक्की होईल या विचाराने त्यांनी पुन्हा घोड्यावर मांड ठोकली. बरोबरीच्या अधिकाऱ्यांशी चर्चाही केली आणि बेसावध असलेल्या व्यंकोजीराजांच्या सैन्यावर हल्ला चढविला. भयंकर कत्तल केली. व्यंकोजीराजांचे लोक पळतच सुटले. भिकाजीराजे, शिवाजी डबीर आणि प्रतापजीराजे या तीन सेनाधिकाऱ्यांना मराठ्यांनी कैद केले. एक हजार घोडे व सर्व तंबू वगैरे सामान मराठ्यांना मिळाले. पेंढाऱ्यांनी १०० घोडे व किरकोळ लूट नेली. व्यंकोजीराजांचे इतर लोक कावेरीतीर ओलांडून पळाले. अशा तऱ्हेने हंबीररावांना विजय प्राप्त झाला. या लढाईचा वृत्तान्त सुरतकर इंग्रज दिनांक २० व २९ नोव्हेंबर १६७७ च्या पत्रातून लिहितात........

कै. रे. सुरत भा. १०७ (१९९५) श. १५९९ मार्ग. शु. ६ व शु. १५
कू. २३ - २४ इ. फोर्ट जॉर्ज-सुरत इ. १६७७ नोव्हे. २० व २९

हंबीरराव मोहिते यांच्या पराक्रमाची ठिकाणे (सन १६८१ ते १६८७)

० ते ४५० मिटर	४५० ते ६०० मिटर	६०० ते ९०० मिटर	९०० मिटरपेक्षा उंच

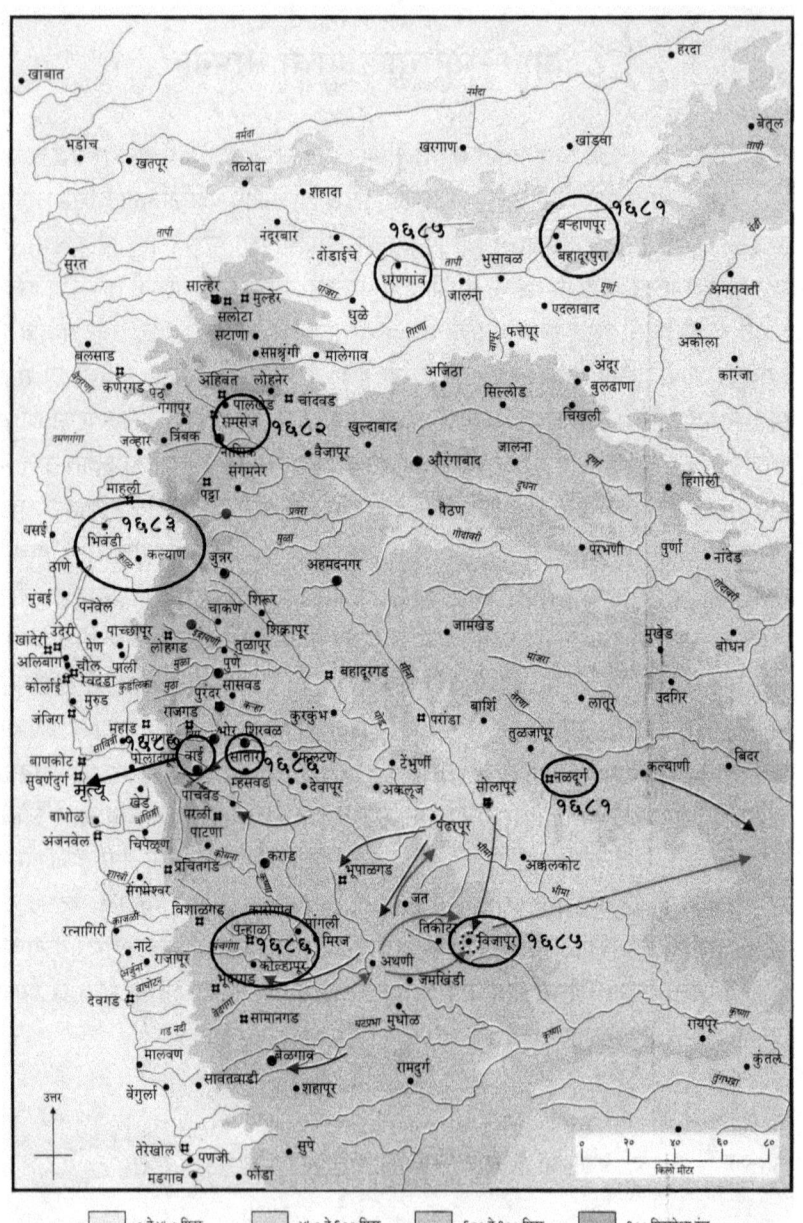

४००० घोडेस्वार घेऊन शिवाजी विजापूरच्या किंवा कदाचित स्वत:च्या राज्याच्या रोखाने गेला आहे असे ऐकितो. त्याचे बाकीचे सैन्य त्याने नवजित प्रांतातच ठेविले. लवकरच परत येतो, असे सांगून तो गेला आहे. आपले गेलेले राज्य परत मिळवावे म्हणून, तसा तो न आल्यास, एकोजी आणि त्याचे साथीदार तयारी करीत आहेत. गोवळकोंड्याच्या सैन्याची मोंगल-बहलोलशी लढाई झाली. तीत गोवळचा पराजय झाला. त्यामुळे थोडे भय वाटते.

जिंजीकडील मुलखात ठेविलेला शिवाजीचा भाऊ आणि दुय्यम संतोजी ह्यांचे ६००० स्वार व ६००० पदाती एवढे सैन्य, गेले काही दिवस तंजावरच्या एकोजीशी (४००० स्वार व १०००० पायदळ) लढण्यात गुंतले होते. सकाळपासून संध्याकाळपर्यंत युद्ध झाले. त्यात संतोजीचा पराजय झाला व पाव कोसपर्यंत त्याचा शत्रूने पाठलाग केल्यामुळे पाऊणकोसपर्यंत तो मागे हटला. छावणीत पोचल्यावर ह्या पराजयाचे दूरवरचे परिणाम आणि आपली होणारी बदनामी याचा आपल्या बरोबरच्या सरदारांशी विचार करून त्यांनी लगेच पोशाख व खोगिरे चढविली. निराळ्या वाटांनी जाऊन, शत्रूचे लोक त्या दिवशीच्या परिश्रमामुळे विश्रांति घेत बेसावधपणे पडले असतां भर मध्यरात्री जाऊन त्यांनी त्यांची भयंकर कत्तल केली. त्या छाप्यात त्यांनी हजार घोडे, मुख्य सेनापती व सर्व तंबू वगैरे सामान मिळविले. पेंढाऱ्यांनी त्याशिवाय आणखी १०० घोडे व किरकोळ लूट नेली. बाकीचे एकोजीचे लोक कावेरीपलीकडे तंजावरकडे पळाले. या जयामुळे शिवाजीचा ताबा यापुढे शांततेने होईल असे वाटते. मदुरेचा नबाब तटस्थ राहिलेला आहे.[२]

या लढाईचा वृत्तान्त सभासदाने कसा लिहिला आहे तो पाहा -

व्यंकोजीराजांशी युद्ध व त्यांचे रक्षण

"त्याउपरी कर्नाटकात हंबीरराव मोहिते फौजेनिशी व रघुनाथ नारायण ठेविले होते. हे वर्तमान व्यंकोजीराजे यांस कळोन राजियांनी आपली फौज व पाळेगाराची फौज मिळविली आणि हंबीरराव यावरी चालून आले. ते समयी हंबीरराव यांचे चौगुणी घोडा राऊत हशम अगणित व्यंकाजी राजे यांचे होत. मग यांस त्यांस युद्ध झाले मग राजियाचा पुण्यप्रभाव अधिक आणि भाग्योदय. हंबीरराव यांनी व्यंकोजीराजाची फौज मोडिली. मोठे युद्ध जाहले. अगणित रण पडले आणि व्यंकोजीराजियाचे चार हजार घोडे पाडाव केले व हत्ती जडजवाहीर, बाजे सरदार भिवजीराजे व प्रतापजीराजे वरकडही नामांकित लोक पाडाव केले. अशी फत्ते केली. यश आले आणि पाडाव केले सरदारांस वस्त्रे देऊन सोडिले. यावर रघुनाथपंत व हंबीरराव चालोन चंदावराकडे गेले. मग व्यंकोजीराजे यांनी सभ्य मनुष्य मध्यस्त घालून सख्य करावें असे झाले. त्याजवर रघुनाथपंती राजियाकडे जासूद

पत्रे देऊन पाठविले. मग राजियास वर्तमान कळोन या उभयतास उत्तर पाठविले की, 'व्यंकोजीराजे आपले धाकटे बंधू आहेत. मूलबुद्धि केली. त्यास तोही आपला भाऊ, त्यास रक्षणे. त्यांचे राज्य बुडवू नका.' अशी उत्तरे आलियावरी उभयतांनी व्यंकोजीराजे यांसी सल्ला केला आणि द्रव्यही उदंड घेतले. मग रघुनाथपंती हंबीरराव यास लष्कर सहवर्तमान निरोप देऊन राजियाकडे पाठविले. आणि रघुनाथपंत आपण तिकडे कर्नाटकात फौजा १०००० स्वार व पागा व शिलेदार जमा करून ते राज्य रक्षून राहिले. हंबीरराव याची व राजियांची भेट जाहली. कित्येक नावाजिले. बक्षिसे दिली आणि पुढे खासा राजियांनी अवघे लष्कर घेऊन जालनापुर मोगलाईत त्यास वेढा घातला. पेठा मारिल्या शहर लुटून फन्ना केले. अगणित द्रव्य, सोने, रुपें, जडजवाहीर, कापड, घोडे, हत्ती, उंटे फस्त केली. मोगलांच्या फौजा रणमस्तखान व केशरसिंग बडा व लष्करखान व बाजे उमराव अशा फौजा २५-३० हजार चालुन आहे. त्यांची राजियाचे फौजेशी युद्ध बहुत झाले. मोंगल नामोहरण करून हत्ती - घोडे पाडाव केले. गनिमाचे वजीर निघोन गेले. ते व्यक्ती सिदोजी निंबाळकर पंचहजारी वजीर राजियांचा पडला. पुढे छावणीचे दिवस. फौजाही निघोन देशास आल्या. राजे पुरंधरास आले. (फन्ना, फस्त = उद्ध्वस्त, नष्ट. बाजे = इतर.)

आपले बंधू आपल्या सैन्याशी लढतात आणि आपण मात्र त्यांच्याशी समझोता करतो या गोष्टीचे महाराजांना अतिशय दुःख झाले. असा गृहकलह बरा नव्हे. म्हणून महाराजांनी त्यांना कुतुबशहाकडून तीन लक्षांची दौलत याशिवाय महाराष्ट्रातील आपल्या स्वराज्यापैकी तुंगभद्रेच्या अलीकडील पन्हाळ प्रांतातील पण तीन लक्ष होनाची दौलत देऊ असे कळविले. व्यंकोजीराजांनी आपल्या वडील बंधूंची ही विनंती धुडकावून लावली आणि मग त्यांच्या राज्यातील अरणी, बंगरूळ, कोल्हार, होसकोट, शिराळकोट ही अतिशय महत्त्वाची ठिकाणे हंबीररावांच्या सैन्याने निकराने लढून हस्तगत केली. डिसेंबर १६७७ अखेरपर्यंत हंबीररावांचे सैन्य व्यंकोजीराजांच्या सैन्याशी झगडत होते. व्यंकोजीराजांचा जवळजवळ सर्व मुलूख रघुनाथपंत आणि हंबीरराव यांनी ताब्यात घेतला आणि आता त्यांची राजधानी तंजावर येथे जाऊन राजधानीवरच हल्ला करायच्या तयारीस ते लागले आणि ही बातमी महाराजांना कळविली. महाराजांनी लिहिले की, 'व्यंकोजीराजे आपले धाकटे बंधू आहेत. त्यांस रक्षणे. मुलबुद्धी केली. त्याचे राज्य बुडवू नका.' महाराजांच्या पत्राप्रमाणे रघुनाथपंतांनी व हंबीररावांनी व्यंकोजीराजांशी तह केला. व्यंकोजीराजांनी कोल्हार प्रांत महाराजांना देऊन त्यांच्याशी सख्य केले. शकावलीतील याची नोंद अशी आहे की, 'कार्तीक मासी येकोजीराजे फौजेनिशी हंबीरराव सरनौबत यांसी कर्नाटकात अहिरीपासी झगडा जाला. येकोजीराजे याची तीन हजार घोडी व हत्ती

पाडाव केले. सरदार पाडाव केले. आणि जावून त्रिपदीस बैसले. मग कोल्हारकोट येकोजीराजे याणी देऊन सल्ला केला.

महाराजांनी बंगरूळ, होसकोट व शिरे असे पाच लक्ष उत्पन्नाचे तीन महाल व्यंकोजीराजांच्या पत्नी चिरंजीव सौभाग्यवती दीपाबाईसाहेब यांना चोळीबांगडीसाठी दिले व तंजावरसहित जिंजीलगतचा सात लक्ष होनांचा मुलूख चिरंजीव राजेश्री व्यंकोजीराजे यांना दूधभातासाठी इनाम परंपरेने दिला.[३]

आपल्या पराभवाचे शल्य व्यंकोजीराजांना अतिशय बोचत होते. ते आपल्या ठायी उदासवृत्ती करून राहिले आहेत. मनमोकळेपणाने वागत नाहीत. एखाद्या तीर्थक्षेत्री जाऊन राहावे असे बोलतात. असे नैराश्याचे उद्‌गार रघुनाथपंतांनी पत्र लिहून महाराजांच्या कानी घातले. हे वाचून महाराजांना अतिशय दुःख वाटले. आणि त्यांनी व्यंकोजीराजांना कळविले की, 'तुम्हांला ऐसा कोणता प्रसंग पडला, जे इतक्याच मध्ये आपल्या संसाराची कृतकृत्यता मानून, नसते वैराग्य मनामध्ये आणून, कार्यप्रयोजनाचा उद्योग सोडोन लोकांहाती रिकामेपणी द्रव्य खाऊन नाश करवणे. व आपल्या शरीराची उपेक्षा करणे हे कोण शहाणपण व कोणती नीति ? मनावरी आम्ही तुम्हांस वडील मस्तकी असता चिंता कोणे गोष्टीची आहे ? या उपरि सहसा वैराग्य न धरिता मनांतून विषण्णता काढून कालक्रमणा करीत जाणे. सणवार, उत्साव पूर्ववत करीत जाऊन तुम्ही आपले शरीरसंरक्षण बरे करीत जाणे........ तुम्ही त्या प्रांते पुरुषार्थ करून सन्तोषरूप असलीया आम्हास समाधान व श्लाह्य आहे की, कनिष्ठ बंधू ऐसे पुरुषार्थी आहेती......... पुरुषार्थ व कीर्ति अर्जणे.......... वैराग्य उत्तरवयी कराल तेवढे थोडे. आज उद्योग करून आम्हांस ही तमासे दाखविणे.[४]

अशा तऱ्हेने दोन बंधू तसेच दोन आत्ते – मामेभाऊ यांची दिलजमाई झाली. हंबीररावांचाही यात सहभाग असला पाहिजे असे ठामपणे म्हणता येईल.

व्यंकोजीराजांनी शिवाजीमहाराजांच्या सल्ल्यानुसार रघुनाथपंत हणमंते यांच्या सहकार्याने तंजावरचा कारभार हाती घेतला तसेच कर्नाटकात नवीन कमावलेल्या राज्याची व्यवस्था रघुनाथपंत हणमंते व हंबीरराव मोहिते यांच्यावर सोपविली. हंबीररावांवर असलेल्या महाराजांच्या विश्वासाचे हे प्रतीक होय.

वेल्लोरच्या कोटास हंबीररावांचा वेढा

वेल्लोर या ठिकाणी आदिलशहाचे एक अत्यंत महत्त्वाचे असे ठाणे होते. त्या ठिकाणी मजबूत असा बुलंद भुईकोट होता. तो कोट म्हणजे पृथ्वीवर दुसरा गड असा नाही. कोटात जीत पाणियांसचा खंदक. पाणियांस अंत नाही असे उदकांत दहा हजार

सुसरी कोटाचे फांजियावरून (तटावरून ओट्यासारखा रुंद असा रस्ता) दोन गाडिया जोडून जावे ऐशी मजबूदी पडकोट (किल्ल्याच्या बाहेरील तट) तरी चारचार फिर्यावरील फेरे या जातीचा कोट.(५)

इ.स. १६६६ च्या सुमारास विजयनगरच्या साम्राज्याचा सुभेदार चिन्नबोमी नायक याने हा प्रचंड भुईकोट बांधला. भुईकोटाच्या दुहेरी तटबंदीतील पहिला तट उंच आहे. आणि दुसरा त्याहून बारीक आहे. त्याच्या आत १६ ते २० मीटर रुंद खंदक सर्व बाजूंनी खोदलेला आहे. या कोटात एक अत्यंत मजबूत आणि मनोहर असे जलकंठेश्वराचे मंदिर पाहावयास मिळते. मंदिरात मूर्ती नाही. ती मुसलमानांच्या आक्रमणामध्ये हलवली गेलेली दिसते.

असा हा बुलंद कोट वेढणे व जिंकणे हे एक आव्हान होते. परंतु मराठ्यांच्या चिवटपणामुळे ही गोष्ट त्यांना असाध्य वाटली नाही आणि अगोदरच घातलेला वेढा या किल्ल्याभोवती आवळला गेला होता. तरीसुद्धा तो किल्ला अजून हाती आला नव्हता. एक वर्ष उलटून गेले तरी वेल्लोरचा किल्लेदार अब्दुल्लाखान हाबशी किल्ला सोडीत नव्हता. मराठेही अतिशय चिवटपणाने ठाण मांडून बसले होते. अचानक निसर्गाचा कोप झाला आणि किल्ल्यात साथीच्या रोगाने थैमान घातले. अब्दुल्लाखानाला विजापुराहूनही काहीच मदत मिळेना. शिबंदीची तरतूद होईना. लोक उपाशी मरू लागले. शेवटी अब्दुल्लाखान नमला. रघुनाथपंतांनी आणि हंबीररावाने अब्दुल्लाखानाला पन्नास हजार होन दिले. अब्दुल्लाखानाने विनाअट वेल्लोरचा प्रचंड कोट मराठ्यांच्या स्वाधीन केला. तो दिवस होता शके १६०० कालयुक्त संवत्सर श्रावण शुद्ध चतुर्दशी (२२ जुलै १६७८) महाराज कर्नाटकातून रायगडाकडे गेल्यानंतर हा महत्त्वपूर्ण विजय मराठ्यांनी मिळविला. कर्नाटकाच्या मोहिमेत शिवाजीमहाराजांच्याकडे सालिना २० लाख होनांचा प्रदेश व त्यातील १०० किल्ले मिळाले. वेल्लोर व जिंजी ही दोन मजबूत ठिकाणे हातात आल्याने या नूतन मराठी राज्याची हद्द दक्षिण समुद्रास मिळाली. संताजी भोसले, हंबीरराव मोहिते, जनार्दनपंत हणमंते वगैरे मोठमोठ्या सरदारांनी पराक्रम करून प्रदेश जिंकले. पुढे प्रसिद्धीस आलेले बहुतेक सरदार हे कर्नाटक मोहिमेत उदयास आले. शिवाजीमहाराजांनी पत्रे, वस्त्रे, अलंकार वगैरे पाठवून सर्वांचा परामर्श घेतला. या प्रकारे चाकरी मनुष्यांची जाणून न मागता बक्षीस देणे, दिले ते परंपरेस चालावयाजोगे यामुळे सर्व लोक संतुष्ट. आपणही असेच काम करू, केले असता लेकरालेकरी चालावयाजोगे बक्षिस मिळवू, मिळाले म्हणजे आमचे कोण खाईल ? अशी हुशारी ठेऊन सर्व लोक आपलाले सेवेचे ठायी तत्पर राहाते झाले.(६)

शिवाजी महाराजांचे अखेरचे युद्ध : हंबीरराव जखमी

१८ ऑगस्ट ,१६७९ रोजी दिलेरखान भीमा नदी ओलांडून मसूदखानावर चालून गेला. विजापूरकरांनी शिवाजीराजांकडे मदतीसाठी याचना केली. आणि त्याप्रमाणे विजापूरच्या संरक्षणाची महाराजांनी व्यवस्था केली. त्या सुमारासच दिलेरखानाकडून सुटून संभाजीराजे स्वराज्यात परत आले. महाराज ४ नोव्हेंबर, १६७९ रोजी विजापूरच्या पश्चिमेस असलेल्या सेलबूर या ठिकाणाहून आपले अठरा हजार स्वार घेऊन आपल्या सेनापतींसह उत्तरेकडे जलद गतीने निघाले. जणू काही पाण्याचा लोंढा यावा त्याप्रमाणे दक्षिणेकडील मोगली प्रदेश व्यापून गेला. रस्त्यात जाळपोळ आणि लुटालूट करून रोख रकमेत आणि वस्तूंच्या रूपाने बहुत लूट मिळविली. औरंगाबादच्या पूर्वेला चाळीस मैलावर असणारे दाट वस्तीचे श्रीमंत व्यापारी केंद्र जालना पेठ या ठिकाणी मराठे पोहोचले. चार दिवसपर्यंत या श्रीमंत शहराची लूट करण्यात आली. अगणित सोने, चांदी, जडजवाहिर, कापड, घोडी, हत्ती आणि उंट यांनी युक्त असलेली लूट घेऊन मराठे सैन्य माघारी फिरले. मोगली सरदार रणमस्तखान याने त्यांच्या पिछाडीवर हल्ला केला. आपल्या पाच हजार सैन्यानिशी शिधोजी निंबाळकराने तीन दिवसांपर्यंत त्याच्याशी प्रखर सामना दिला. परंतु दुर्दैवाने तो आपल्या अनेक सैनिकांसह धारातीर्थी पडला. मध्यंतरी औरंगाबादहून केसरीसिंग आणि सरदारखान हे सरदार कुमक घेऊन येत होते. शिवाजीमहाराजांच्या सैन्यापासून सहा मैलांवर येऊन पोहोचले. मोगल सैन्याचा संपूर्ण गोलाकार वेढा पडणार होता आणि शिवाजीमहाराजांना ठार मारण्याचा त्यांचा विचार होता. परंतु केसरीसिंग हा हिंदू असल्यामुळे शिवाजीने गुप्तपणे पळून जावे असा त्यांना निरोप पाठविला. त्या वेळी महाराजांनी आपला प्रमुख हेर बहिरजी याच्या चाणाक्ष मार्गदर्शनाखाली आपले सर्व सैन्य अज्ञात वाटेने नेल्यामुळे सतत तीन दिवस आणि तीन रात्री अनेक संकटांशी सामना देत मराठी सैन्य निसटले. यात मिळालेली लूट गमवावी लागली आणि चार हजार कसलेले घोडे ठार मारले गेले व हंबीरराव जखमी झाले. या धोकादायक स्वारीनंतर २२ नोव्हेंबर १६७९च्या सुमारास पट्टागड येथे महाराज आले आणि थकलेल्या सैन्याला तेथे विश्रांती मिळाली. त्यानंतर शेवटच्या आठवड्यात मराठ्यांच्या एका तुकडीने खानदेशावर हल्ला चढविला व धरणगाव चोपडे तसेच त्याच्या आसपासची गावे लुटली.[७]

हंबीरराव मोहिते विजापूरकरांना मदत पाठवून मोगलांशी कसे लढले याचे वर्णन महात्मा जोतीराव फुले शिवाजीमहाराजांच्या आपल्या पोवाड्यात करतात—

हंबीरराव मदत पाठवी विजापुरला। बरोबर देई फौजेला।।
नऊ हजार मोघलांचा पराभव केला। त्यांनी मार्ग अडविला।।
विजापुरी जाऊन जेर केले मोगलाला।।(८)

शिवछत्रपतींचा कैलासवास

नूतन कर्नाटक राज्याचे प्रशासन रघुनाथपंत हणमंते आणि हंबीरराव यांच्यावर सोपवून महाराज रायगडावर आले. पावसाळ्यात महाराजांनी जंजिरेकर शिद्द्याचा बंदोबस्त करण्यासाठी पुन्हा एकदा दौलतखानामार्फत प्रयत्न करून पाहिला. पोर्तुगीज व इंग्रज हे शिद्द्याच्या पाठीशी उभे राहिले आणि हा प्रयत्न फसला. ऑगस्ट महिना संपला आणि विजापूरकरांची स्वराज्यावर चालून येण्याची हालचाल लक्षात आली. मोगलांचा सरदार दिलेरखान हा सीमेवर वावरत होताच. अशा वेळी महाराजांनी सरसेनापती हंबीरराव मोहिते यांना कर्नाटकातून बोलावून घेतले. युवराज संभाजीराजे सज्जनगडाहून रुसून दिलेरखानाच्या छावणीत दाखल झाले होते. (सु. डिसेंबर १६७८) या गोष्टीमुळे महाराजांना मानसिक वेदना झाल्या होत्या. संभाजीराजांना परत आणण्याचा प्रयत्नही चालू होता. हंबीरराव मोहिते यांना मोगलांच्या मुलखात महाराजांनी पाठविले. जालना, औरंगाबादपर्यंत मराठे पोहोचले. दिलेरच्या कह्यातून संभाजीराजे स्वराज्यात परत आले. (संभाजीराजे पन्हाळगडावर पोचले ४ डिसेंबर १६७९) पन्हाळगडावर पिता-पुत्रांची भेट झाली आणि महाराज तेथून सज्जनगडावर जाऊन त्यानंतर ४ फेब्रुवारी १६८० रोजी रायगडावर परतले. १ महिन्याने धाकटे पुत्र राजाराम यांच्या मुंजीचा कार्यक्रम पार पडला. १५ मार्च १६८०रोजी राजारामांचे लग्न माजी सरसेनापती प्रतापराव गुजर यांची कन्या जानकीबाई यांचेबरोबर झाला. या विवाहानंतर नऊ दिवसांनी महाराज आजारी पडले. मग काही दिवसांनी ज्वराची व्यथा जाहली. पुढे ज्वर कमी झाला नाही, रक्तातिसार जाहला. चैत्र शुद्ध १५, शके १६०२ हनुमान जयंती रुद्रनामसंवत्सरे दोन प्रहरी राजेस्वामी कैलासवासी झाले. (३ एप्रिल १६८०) एक तेजोगोल अस्तंगत झाला आणि सगळीकडे अंधकार दाटला.

सुर्यापुढे आणिक दुसरे। कोण आणावे सामोरे।।
तेजोराशी निधरि। उपमेरहित। – समर्थ

राजियांचे कलेवर चंदनकाष्ठे, बेलकाष्ठे आणून दग्ध केले. स्त्रिया व राजपत्न्या, कारकून व हुजरे सर्व लोकांनी सांगितले की, धाकटा पुत्र राजाराम यांनी क्रिया करावी. सर्वांनी खेद केला, राजाराम यांसी अत्यंत शोक झाला. त्यानंतर उत्तरकार्य कनिष्ठांनी

करावे असे सिद्ध केले. वडिलपुत्र संभाजीराजे वेळेस नाहीत. याजकरिता धाकट्यांनी क्रिया केली. यावेळी पंतप्रधान मोरोपंत पेशवे मुल्हेरला होते. अण्णाजी दत्तो, सुरनीस हे चौलला होते. आणि सरसेनापती हंबीरराव हे कऱ्हाडजवळ होते.

संदर्भटिपा

१. सभासद बखर, पृ. ९४

२. पत्रसार संग्रह १८९५, पृ. ५९७ – ५९८

३. शिवदिग्विजय, पृ. ३३१, प.सा.सं. ३६५

४. इतिहासमंजिरी, पृ. १०४ – १०५

५. सभासद बखर, पृ. ८३

६. सरदेसाई, गो.स., मराठी रियासत, खं.-१, पृ. ३३४

७. सरकार जदुनाथ (अनु. कोलारकर) औरंगजेबाचा संक्षिप्त इतिहास, पृ. १९७ – १९८

८. श्री.छ.शि.स्मा.स., मुंबई, शा.छ.शि.मं., पृ. ४५

९. संभाजीराजांच्या पाठीशी हंबीरराव

महाराजांचे निधन झाल्यानंतर रायगडावर कडेकोट बंदोबस्त ठेवण्यात आला. पाचाडात प्रधानमंडळाची वस्ती होती. तेथे १०००० मावळे मालसावंतांच्या नेतृत्वाखाली सज्ज होते. राज्यावर कोणाला बसवायचे ते ठरविण्यासाठी गुप्त मसलती सुरू झाल्या. मुत्सद्द्यांचा पुढाकार अण्णाजी दत्तो यांनी घेतला. त्या दृष्टीने सोयराबाईंचा विचार घेऊन त्यांना या मसलतीत घेतले आणि संभाजीराजांस या राज्याचा उत्तराधिकारी न करण्याचा विचार प्रधानमंडळाने केला व त्यास राणीसाहेबांची (सोयराबाईसाहेबांची) अनुमती मिळाली. संभाजीराजे हे अभिषिक्त युवराज होते आणि महाराजांच्या महानिर्वाणानंतर तेच स्वराज्याचे धर्मसिद्ध वारसदार होते. गादीवर येण्याचा त्यांचा हक्क कोणीही नाकारू शकत नव्हते. वडिलकीच्या नात्याने मागील सर्व गोष्टी विसरून अण्णाजी दत्तो प्रभृतींनी संभाजीराजांना पन्हाळगडावरून सन्मानाने बोलावून घेऊन त्यांच्या हाती राज्य सोपविले असते, तर हीसुद्धा सूज्ञपणाची, पोक्तपणाची मसलत ठरली असती. परंतु तसे घडले नाही. ठरलेल्या मसलतीप्रमाणे मोरोपंत व अण्णाजीपंत यांनी २१ एप्रिल, १६८० अक्षय्यतृतीया रौद्रसंवत्सरे शके १६०२ वैशाख शुद्ध ३ रोजी राजारामास मंचकी बसविले. संभाजीराजांस कैद करण्यासाठी मोरोपंत व आपण पन्हाळ्यावर चालून गेले. (शकावली) हंबीरराव हे कऱ्हाडला होते. तेथे त्यांची गाठ घेतली. परंतु हंबीरराव यांना त्यांच्या मसलतीचा सुगावा लागला होता. त्यांनीच अण्णाजीपंत, प्रल्हादपंत व मोरोपंत यांना कैद करून संभाजीराजांपुढे पन्हाळगडावर हजर केले. (शकावली)

अनुपुराणात प्रल्हाद निराजी यांच्या तोंडी कवीने हंबीरराव यांच्याबद्दल काय म्हटले आहे ते पाहा- म्हटले

१. *मन्ये हम्बीरराजाद्या: पृतनापतयोऽधुना ।*
   बलिना शम्भुना स्वस्य विहिता: पक्षपातिन: ।।

   (प्रल्हाद उवाच, अध्याय ३.१२)

याचा अर्थ असा की, –

'हंबीररावांसारखे बलवान सेनापती शंभूराजांनी आपल्याकडे वळवून घेतले आहेत तेव्हा निर्दोष अशा शंभूराजांकडे जाऊन मिळा. नाहीतर तुम्हा लोकांचे भले होणार नाही.' वरील काव्यात हंबीररावांचे वर्णन कसे केले आहे ते पाहा. 'आपण जेव्हा दोघे मोकळे असाल तेव्हा मी आपणांस भेटेन, मला काही बोलायचे आहे, स्पष्ट न झालेले परंतु

हितप्रद असलेले कार्य अतिनिकटचे असते,' असे हंबीररावांचा हेर मोरोपंत आणि अण्णाजी दत्तो यांना म्हणाला. सेनापतींचा हा संदेश ऐकून दोघांनी लगेच दूताकरवी निरोप पाठविला. त्याबरोबरच शत्रूला पालथा घालणाऱ्या त्या सेनापती केसरीने आपली दृष्टी रागाने लालबुंद केली. त्याच्या मिश्या विस्फारल्या. त्याने आपले कवच घट्ट केले. हातात ढालतलवार घेतली. बैलाप्रमाणे कणखर खांदे असलेला धनुष्यबाण घेतलेला आपल्या सेनेसह समोर उभा ठाकलेला त्या दोघांना दिसला.[१] या पृथ्वीलोकावर चंद्राप्रमाणे शीतल व अमृतप्रद ज्येष्ठ शिवपुत्र पाहाताच तो सेनापती (हंबीरराव) अतिशय संतुष्ट झाला. आणि त्याच्या अंगावर तेज चढले. विश्वव्यापी पराक्रमी भाऊ असलेले शिवाजीराजे स्वर्गस्थ झाल्यावर आता कोण या स्थानाचा पराक्रमी नियंता असा मनात संभ्रम असतांना, मनुष्यरूपी दैवत अशा शंभूराजांना पाहून त्यांच्याबरोबर त्यांनाही आनंद झाला.[२]

'संभाजीराजाने पन्हाळ्याला ठाणे केले असून त्यांच्याकडे असंख्य सैन्य जाऊन मिळत आहे. त्याने राजापुरास माणसे पाठवून तेथे असलेले सर्व धान्य अटकवून किल्ल्यावर पाठविण्याचे हुकूम दिले आहेत. इतक्यात संभाजीराजांच्या पक्षाकडून हे शहर ताब्यात घेतले जाईल असा रंग दिसत आहे. अशा परिस्थितीत आम्ही काय करावे हे तुम्हीच ठरवावे.' (English Records on Shivaji 501 Page No. 310, 311)

सर्व सुभेदार व हवालदार संभाजीराजांनी तसेच ठेवले. २७ एप्रिल, १६८० च्या पत्रात राजापूरकर मुंबईकरांना कळवितात की, संभाजीराजांनी कारभार आपल्या हातात घेऊन राजपदवीही घेतली. सुभेदार, हवालदार इत्यादी अधिकाऱ्यांना त्याने आपल्याकडे बोलावले, कित्येकांना कैद केले, कित्येकांना कामावरून दूर केले. त्याचा नवा सुभेदार येथे आला तेव्हा त्याला आम्ही जाऊन भेटलो. तेव्हा त्याने मोठ्या प्रेमाने व स्नेहाने आमची भेट घेतली.[३]

पन्हाळगडावर विठ्ठल त्रिंबक महाडकर (मुरारबाजीचा नातू) हा किल्लेदार होता. त्याला कैद करण्यात आले. हंबीररावाने एकंदर परिस्थितीचा विचार करून संभाजीराजांचा पक्ष स्वीकारला. ३० जून, १६८० पूर्वी पन्हाळ्यावर ५००० लष्कर गोळा झाले. त्याला दोन महिन्यांचे पगार आगाऊ दिले होते. त्यांनी आपले सुभेदार व अधिकारी नेमले. जनार्दनपंत हणमंते यांना कैद करण्यात आली. अण्णाजी दत्तो हे मसलतीचे मुख्य असल्यामुळे संभाजीराजांनी त्यांच्या पायात जड बेड्या ठोकल्या. नंतर पन्हाळगडावरील बंदोबस्त करून संभाजीराजे रायगडास येण्यास निघाले. शिवाजीमहाराजांचा श्राद्धविधी त्यांनी पन्हाळगडावरच उरकला होता. पन्हाळगडाहून कोर्टी येथील मल्हार गोसावी, सदावरती गोसावी यांचे दर्शन घेऊन भानजी गोपाळ देशाधिकारी व देशलेखक सांप्रत व

भावी प्रांत कराड यांना कोर्टी येथील इनाम शिवाजी महाराजांनी बंद केले होते, ते चालू करण्याबद्दलचा आदेश दिला.

दिनांक ३ जून १६८० राजशक ७ रौद्र नाम संवत्सर संभाजीराजे प्रतापगडावर गेले. भवानी देवीचे दर्शन घेऊन पूजा केली. आणि आषाढ शुद्ध २ शुक्रवारी ते रायगडास दाखल झाले.[४]

याच रायगडावरून ३ वर्षांपूर्वी अत्यंत नाराज मन:स्थितीत राजे शृंगारपूरला सुभेदार म्हणून गेले होते. आज रायगडावर ते छत्रपती म्हणून आले. सगळी शांतता होती. कोणीही कसलाही प्रतिबंध केला नाही. रायगडचा हवालदार कान्होजी भांडवलकर यांस कैद केले. पाचाडला खेमसावंत १०००० सैन्यानिशी बसला होता. त्याचा व त्याच्याबरोबरीच्या बऱ्याच लोकांचा कडेलोट केला. राजाराम वयाने लहान होता. आपल्या सरदारांत अंत:स्थ दुफळी माजू नये म्हणून राजारामांना नजरकैदेत ठेवले. रायगडावर आल्यावर त्यांनी वडिलांच्या अस्थींचे दर्शन घेतले. १२ जुलै, १६८० च्या पत्रातून सुरतकर इंग्रजांना लिहितात,

'संभाजी रायरीला आहे. धाकट्या भावाला त्याने दयेने वागविले. अण्णाजीचे डोके कापले नसून त्याचे फक्त साखळ्या (बेड्या) घालून हाल चालविले आहे, अशी चौलच्या सुभेदाराकडील एका लायक माणसाकडून माहीती मिळाली. देशात स्थिरता येऊन संभाजी 'राजा' झाल्याचे जाहीर झाले आहे. त्याच्याजवळ आता २०००० सैन्य तयार आहे.'[५]

संभाजीराजांनी राजारामाला वस्त्रे - भूषणे दिली. तसेच सोयराबाई व पुतळाबाई यांचे गोड बोलून सांत्वन केले. आपल्या वडिलांचे श्राद्धविधी उरकले. राजारामांच्या व्यवस्थेसाठी दाभाडे यांस नेमले. राजारामांची आणखी ३ लग्ने हंबीरराव मोहित्यांच्या कन्या ताराबाई कागलकर, घाडगे यांच्या कन्या राजसबाई आणि अंबिकाबाई उर्फ अहिल्याबाई यांच्याशी लावून दिली.

संभाजीराजांचे मंचकारोहण

२० जुलै, १६८० रोजी (शके १६०२ रौद्र संवत्सर श्रावण शुद्ध पंचमी (नागपंचमी) या दिवशी संभाजीराजांचे मंचकारोहण झाले. मोरोपंत वारले. त्यांचे पुत्र निळोपंत यांना संभाजीराजांनी पेशवेपदावर नेमले. सरनौबतपदावर हंबीरराव होते. त्यांना तेच पद पुन्हा मिळाले.

संभाजीराजांचा राज्याभिषेक

माघ शुद्ध ७, शके १६०२ रौद्रनाम संवत्सरे (जानेवारी १४, १५, १६, सन १६८१) संभाजीराजांना विधियुक्त राज्याभिषेक झाला. ते महाराष्ट्राचे दुसरे छत्रपती झाले. राज्याभिषेकविधीच्या वेळी अष्टप्रधान यांना सन्मानवस्त्रे, अलंकार देऊन संतुष्ट केले..... अष्टप्रधानमंडळात अर्थातच हंबीरराव मोहिते यांचाही सरसेनापती, सरलष्कर म्हणून समावेश झाला.

अनुपुराण परमानन्दकाव्यम् मधील हंबीररावांबद्दलचा एक उल्लेख –

मतं सेनापतेर्नैव स्वमतेर्विषयीकृतम् ।

न चाद्रिदुर्गपालानां स्वतंत्राणामिवाधुना ।।

मन्ये हम्बीरराजाद्या विहिताः पक्षपातिनः ।।

प्रल्हाद उवाच अध्याय ३.१२

अर्थ – सिंहासनाचा जो स्वामी तोच आपला स्वामी असे किल्लेदारानी मनावर ठसविले. हंबीररावांची आपल्या बहिणीवर ममता (प्रेम) असली तरी पराक्रमाविषयी (शंभूराजांच्या) अतिशय अनुकूलता आहे.(६)

संदर्भटिपा

१. देवदत्त गोविंद लिखित अनुपुराण (प.का.), पृ. ४३ – ४४, श्लोक ३/२१ ते २७
२. तत्रैव, पृ. ४६ – ४७, श्लोक ३/४० – ४१
३. प.सा.स. लेखांक २२५१, पृ. ६८८ – ६८९
४. जेधे शकावली
५. शि.प.सा.सं. पत्र क्र. २२६५, पृ. ६९३
६. अ.पु.प.का., पृ. ३७, ३/११ – १२

❑

१०. संभाजीराजांच्या कारकिर्दीत हंबीरराव मोहिते यांचा श्रीगणेशा

संभाजीराजांनी राज्याभिषेकानंतर आपले अष्टप्रधानमंडळ नियुक्त केले. त्यात सरसेनापती म्हणून हंबीरराव पुन्हा एकदा महाराष्ट्राच्या दुसऱ्या छत्रपतींच्या कारकिर्दीत स्वराज्यरक्षणासाठी आपली समशेर घेऊन उभे राहिले. राज्याभिषेकानंतर एखादी प्रचंड मोहीम आखून लूट मिळवावी व राज्याचा खजिना मजबूत करावा, या हेतूने संभाजीराजांनी मोगलांच्या मर्मबंधाची ठेव असलेले व गजान्तलक्ष्मीचे माहेरघर अशा बुऱ्हाणपूर शहरावर हल्ला करून तेथील अठरा पुरे लुटून स्वराज्याच्या खजिन्यात भर टाकण्याचा मनसुबा रचला. आपले सरसेनापती यांच्याकडे या स्वारीचे नेतृत्व सोपविले.

बुऱ्हाणपूर

हे शहर आजच्या मध्य प्रदेशातील पूर्व निमाड जिल्ह्यातील तापी नदीच्या किनाऱ्यावर असून ते तालुक्याचे व उपविभागाचे मुख्यालय आहे. मुंबई – दिल्ली सेंट्रल रेल्वेच्या मार्गावर मुंबईपासून ५०४ किलोमीटर व खांडव्यापासून ६८.८ किलोमीटर तर असिरगडपासून २४.४ किलोमीटर अंतरावर आहे. कापसाच्या वापराचे केंद्र व हातमाग कापडाच्या उद्योगधंद्याचे ठिकाण म्हणून प्रसिद्ध आहे.

बुऱ्हाणपूरचे पूर्वीचे नाव 'बसना' खेडे असे होते. खानदेशाच्या फारुकी नबाबांचे नेहमीचे राहाण्याचे हे ठिकाण. इ.स. १४०० मध्ये नासीरखान फारुकी याने राजधानी म्हणून उदयास आणले. अकबराने खानदेश जिंकण्यापूर्वी २०० वर्षे अगोदर म्हणजे इ.स. १६०० पूर्वी ही फारुखी नबाबाची राजधानी होती. मोगल आल्यावर मोगलांनी खानदेश सुभ्याचे हे मुख्यालय केले. फारुकी नबाबांनी हे शहर कसे वसविले त्याचा एक काळा इतिहास आहे तो असा –

'नासिर फारुकीचा बाप मलिक फारुकी याचा मित्र असिरगडचा अतिशय श्रीमंत आणि दिलदार वृत्तीचा राजा 'आशा' हा होता. अहीर जातीचे हे घराणे फारुकी घराण्याशी अतिशय मित्रत्वाने वागत होते, 'बागलाण आणि अंतूर येथील सैन्य माझ्याजवळ येऊन ठेपले आहे तेव्हा तू मला तुझ्या किल्ल्यात आश्रय दे, असा निरोप फारुकाने 'आशा' राजास दिला आणि पडद्याच्या पालख्यातून सशस्त्र सैन्य किल्ल्यात पाठविले आणि

'आशा' राजा व त्याच्या कुटुंबीयांची निर्घृण कत्तल केली. नासीर फारुकीचा धर्मगुरू झैनुद्दीन याने त्याचे अभिनंदन केले. दौलताबादचा संत बुऱ्हाणुद्दीन याची यादगारी म्हणून 'बुऱ्हाणपुर' आणि धर्मगुरू झैनुद्दीन याची यादगारी म्हणून 'झैनाबाद' ही दोन शहरे तापी नदीच्या तीरावर आमने-सामने वसवून फारुकीने धन्यता मानली. (इ.स. १५९९)

स्वत:ला गझनीचे वंशज समजणाऱ्या या नासीर फारुकी नबाबाने तापी नदीच्या उजव्या काठावर एक प्रचंड वाडा बांधला. त्याला सीटाडेल (Citadel Fort) किल्ला म्हणतात. किल्ल्याच्या मध्यभागी पीरबेन्ना नावाची ८० फूट (सु. २७ मी.) उंचीची उत्तुंग मनोऱ्याची एक मशीद बांधली. फारुकी घराण्यातील एक राणीने इ.स. १५२० च्या सुमारास बीबी नावाची मशीद बांधली. या मशिदीचे बांधकाम विटांचे असून अतिशय सुंदर अशी ही वास्तू आहे. अकबराने इ.स. १६०० मध्ये असिरगड, बुऱ्हाणपूर जिंकले आणि जामा मशीद नावाची एक उत्कृष्ट आणि मनोहर सजावटीची अशी प्रचंड मशीद बांधली. तिचा पुढचा भाग १५७ फूट (सु. ५२ मी.) रुंद तर ५४ फूट (सु. १८ मी.) खोल. १५ कमानी आणि अतिशय हवेशीर अशी जामा मशीद त्याच वेळी बांधली. इमारतीच्या बांधकामाची तारीख संस्कृत आणि अरबी भाषेत कोरलेली आहे. राजा अलिखान उर्फ आदिलशहा (फारुकी राजा) याने आपण गझनीचे वंशज असल्याचे मशिदीच्या मागील कोपऱ्यात कोरले आहे. असिरगड आणि खानदेशच्या विजयाचे वृत्त अकबराने तेथेच कोरले आहे. (इ.स. १६००) सुडौल आकृतिबंध अशा बांधणीमुळे तिचा दर्शनी भाग अत्यंत मनोहारी व चित्तवेधक असा झाला आहे.

पीरबेन्ना मशीद

किल्ला की मशीद ?

दुसरी पीरबेन्ना नावाची मशीद ही एक घट्ट बांधणीची मशीद असून तिचे उत्तुंग मनोरे आकाशाला गवसणी घालतात. नसीर आदिलशहा यांची कबर अत्यंत साध्या, सुबक बांधणीच्या चौथऱ्यावर असून, पर्शियन पद्धतीचे रंगकाम आणि प्लास्टरचे काम चित्त वेधून घेते.

मोगल साम्राज्यातील दुसऱ्या क्रमांकाचे हे शहर बागबगिचे, उद्यानाचे शहर म्हणून प्रसिद्ध असल्याचे 'ऐन-इ-अकबरी' नोंदविते. कलाकुसर, चांदीच्या तारा आणि सुवर्णतारा गुंफण्याचे सुबक काम करणाऱ्या कारागिरांच्या कौशल्याची कमाल दाखविणारे हे शहर होते.

आदिलखान (पहिला) याच्या कारकिर्दीत बऱ्हाणपूर हे वैभवाच्या उच्च शिखरावर होते.

इ.स. १६१४ मध्ये सर थॉमस रो हा इंग्लंडचा राजदूत (जेम्स १ च्या कारकिर्दीतील) याने या शहरास भेट दिली आणि शहाजादा परवेश या जहांगीरपुत्राची भेट घेऊन तेथे कारखाना काढण्याच्या परवान्याचे फर्मान मिळविले.

विल्यम फीच (१६०८ - ११) या कारकिर्दीत बुऱ्हाणपूर येथे होता. तो लिहितो- 'आज किल्ला पूर्णपणे नष्ट झाला आहे. पण त्यातील हमामखान्याचा काही भाग उरला आहे. तख्त्यावरील नक्षीकाम आणि संगमरवरी फरशीचे सुबक बांधकाम आहे.'

खानखानान बहिरामखानाचा मुलगा शहानवाज (शहाजहानचा मेव्हणा) याची विस्तीर्ण आणि सुबक बांधणीची कबर आहे. तेथे नवाजखान खानखानान मिर्झा अब्दुल रहिमखान, बहिरामखान हे मोगलांचे अधिकारी होते. कबरीच्या मखराचा आकार खरबुजासारखा आहे.

उतक्रोळी नदीच्या काठी दरवर्षी संत हजरत शहा भिकारी दर्ग्याचा उरुस भरतो.

अहुखाना किंवा मृगउद्यान

अहुखाना किंवा मृगउद्यान हे तापी नदीच्या दक्षिण तीरावर आहे. त्याला 'बाग ओ जैनाबाद' किंवा 'बाग आलमआरा' असे म्हणतात. शहाजहानाची बेगम मुमताज महल ही बुऱ्हाणपुरात वारली. तिचे शव अहुखान्यातील एका इमारतीत सहा महिने ठेवले होते. नंतर ते आग्ऱ्याला नेण्यात आले. अहुखान्याच्या भोवती संरक्षक भिंत आहे.

राजाची छत्री

तापी नदीच्या किनाऱ्यावर बुऱ्हाणपुरापासून ४ मैलांच्या (सु. १२ कि. मी.) अंतरावर मोहना नदीच्या संगमावर मिर्झाराजा जयसिंहाची छत्री औरंगजेबाच्या आदेशाने बांधण्यात आली. दक्षिणेतून परतीच्या वाटेवर असताना मिर्झाराजे तेथे वारले होते. (१२ जुलै १६६७)

पाणीपुरवठ्याची योजना

मूळ बांधारा, सुखा बांधारा, चितहरण तलाव हे बुऱ्हाणपूर शहराच्या उत्तरेस शहरापेक्षा १०० फूट उंचीवर असून तेथून १३ हजार फूट मातीच्या नळांची योजना केली आहे. नळाला मध्ये मध्ये झरोके ठेवण्यात आले आहेत. सुखा तलावाचे पाणी बगिच्यांना, शाही उद्यानांना पुरविले जात असे. आजही या तलावाचे पाणी शहराच्या लालबाग ब बहादुरपुरा या विभागांना देण्यात येते.

इ.स. १७१६ मध्ये मराठ्यांना बुऱ्हाणपूरची चौथाई मिळाली. वरचेवर लढाया होत अहिल्या. आसफ निजामउल्मुल्क तेथे असताना इ.स. १७३१ मध्ये त्याने शहरास ५।। मैल (सु. ९ कि. मी.) परिघाची, ८ दरवाजे, १२ खिडक्या असलेली विटांची संरक्षक भिंत बांधली. निजामानंतर पेशवे, (ग्वाल्हेरकर शिंदे १७७८) यांनी शहर घेतले. इ.स. १८९७ व इ.स. १९०६ मध्ये हे शहर उद्ध्वस्त झाले.

बुऱ्हाणपूर शहराच्या बाहेर नबाबपुरा, बहादुरपुरा, करणपुरा, खुर्रमपुरा, शहाजंगपुरा इ. सतरा पुरे मोगलांच्या काळात होते. बहादुरपुरा हा सर्वांत श्रीमंत वस्तीचा पुरा होता. सोने, चांदी, हिरे, मोती, माणके, जडजवाहीर, उंची वस्तू, उंची अत्तरे, उंची वस्त्रे यांच्या श्रीमंत व्यापाराचे हे केंद्र म्हणजे लखपती, करोडपती, धनाढ्यांची कुबेरनगरी म्हणावी लागेल. सर्व सतरा पुरे लक्ष्मीधरांचे वसतिस्थान होते.

मोगलांच्या मर्मबंधातील ठेव

या शहराचा शहाजहान बादशहा व औरंगजेब बादशहा यांच्या भावभावनांचा अगदी घट्ट संबंध होता. औरंगजेबाचे खानदान तर या शहराशी गुंफले गेले होते. औरंगजेबाची आई मुमताजमहल (शहाजहानची पत्नी) ही बाळंतपणात येथेच वारली. तिचे शव ६ महिने 'आहुखाना' येथे ठेवले होते. औरंगजेबचा धाकटा भाऊ शहाशुजा याची पत्नी येथेच वारली. औरंगजेबाच्या दोन्ही बहिणी 'रोशनआरा' आणि 'गोहरआरा' यांचा जन्म इथलाच. औरंगजेबाची दोन मुले आज्जम आणि मुअजम हे इथेच जन्माला आले.

औरंगजेबाची प्रथम प्रीती येथेच फुलली. दक्षिणेचा सुभेदार म्हणून औरंगजेब बुऱ्हाणपूरला थांबला. बुऱ्हाणपूरला मीर खलीद हा औरंगजेबाच्या मावशीचा नवरा सुभेदार होता. त्याच्या जनानखान्यातील हिराबाई या गुलाम स्त्रीला औरंगजेबाने जैनाबादी बागेत पाहिले व तो तिच्या प्रेमात पडला आणि मावशीच्या घरातून तिचे अपहरण केले. औरंगजेबाने याच बुऱ्हाणपुरात हिराबाईबरोबर प्रणयाचा धुंद आस्वाद घेतला. सहा महिने तो बुऱ्हाणपूरला राहिला. पुढे हिराबाई उर्फ जैनाबादीमहल वारली. तिची बुऱ्हाणपुरात कबर आहे.

अशा या औरंगजेबाच्या अंतरंगातील चिरंतर आठवणींचे बुऱ्हाणपूर शहर फारुकी राजांपासून मोगली सम्राटांपर्यंत गजान्तलक्ष्मीचे माहेरघर, कला अणि वाणिज्य यांचे कीर्तिस्थान उत्तर आणि दक्षिणेस जोडणारे एक नाके प्रसिद्ध होते.[१]

बुऱ्हाणपूरवर हल्ला

३० जानेवारी, १६८१ रोजी सरनौबत हंबीरराव मोहित्यांनी अचानक बुऱ्हाणपुरावर झडप घातली. बुऱ्हाणपूरला 'खानजहान' हा सुभेदार होता, आणि त्याचा साहाय्यक होता काकरखान अफगाण. तो जिझिया कर वसुली अधिकारी म्हणून तेथे राहिला होता. काकरखानाकडे फक्त २०० माणसे होती, तर हंबीररावाची सेना २०००० स्वारांची होती. त्या स्वारांनिशी ७० मैलांची (सु. ११ कि.मी.)मजल मारून मराठे एकाएकी बुऱ्हाणपूरवर चालून गेले.

बुऱ्हाणपूरपासून ३ मैलांवर (सु. ५ कि.मी.) बहादुरपुरा नावाचा पुरा आहे. तो अतिशय संपन्न होता. लक्षाधीश असे सराफ, सावकार तेथे राहत होते. देशोदेशीचे जिन्नस, जडजवाहीर, सोने – नाणे, रत्ने असा लक्षावधी रुपयांचा माल तेथील दुकानांतून साठविला होता. तो सर्व मराठ्यांनी लुटला. मराठे अगदी अनपेक्षितरीत्या आले. शहराच्या तटबंदीच्या बाहेर बहादुरपुरा आणि इतर १७ पुरे होते त्यांना मराठ्यांनी घेरले. विशेषत: बहादुरपुऱ्यावर इतक्या अनपेक्षितपणे मराठे तुटून पडले की, त्या पुऱ्यातून एक माणूस किंवा एक पैसाही लोकांना हलविता आला नाही. पुऱ्यात आगी लागून तिचा धूर आकाशापर्यंत पोहोचला, तेव्हा कुठे बुऱ्हाणपूरचा नायब व शहरातील इतर लोक यांना मराठे आल्याची खबर समजली. काकरखानाला मराठ्यांचा प्रतिकार करण्याची शक्ती नव्हती. त्याने शहराचे दरवाजे बंद केले आणि तट, बुरूज, वेशी इत्यादींचा बंदोबस्त करू लागला. हसनपुरा, शहागंजपुरा, शहाजहानपुरा, खुर्रमपुरा, नबाबपुरा इत्यादी १७ पुरे शहराच्या तटाला लागून होते. ते जणू काही शहराची केंद्रे होती. प्रत्येक पुऱ्यात लाखो रुपयांचा माल सराफ, व्यापारी यांच्याजवळ होता. मराठ्यांनी ते सर्व पुरे ताब्यात घेतले. त्यांची लूट करून त्यांना आगी लावून दिल्या. काही अब्रुदार माणसांनी आपल्या बायकांना ठार मारले आणि ते स्वत: लढत लढत मारले गेले. शहराच्या तटाला लागून असलेले अनेक लोक आपल्या बायकापोरांना घेऊन शहराच्या आत पोहोचले. तीन दिवसपर्यंत मराठे नि:शंकपणे पुरे लुटीत होते, त्यांना मुबलक लूट मिळाली. अनेक वर्षांची जमिनीखाली पुरलेली संपत्ती त्यांच्या हाती पडली. या संपत्तीचा घरमालकांनाही पत्ता नव्हता. ती मराठ्यांनी शोधून हस्तगत केली. मराठ्यांनी शिड्या लावून तटावर चढण्याचा प्रयत्न केला. शहरातील सर्व मनसबदारांनी वेशी, तट ,बुरूज इत्यादी ठिकाणी मोर्चे बांधून निकराने मराठ्यांचा प्रतिकार केला. त्यामुळे ते शहरात दाखल झाले नाहीत.

मराठ्यांनी सोने, चांदी, जडजवाहीर आणि मौल्यवान सामान घेतले. इतर जिनसांची त्यांनी पर्वा केली नाही. त्यांनी भांडीकुंडी, काचेचे सामान, धान्य, मसाले, वापरलेली

वस्त्रे इत्यादी सर्व लुटली होती. पण ती सर्व वाहून नेणे शक्य नाही म्हणून त्यांनी ते सामान टाकून दिले व नंतर ते निघून गेले. ते गेल्यावर रस्त्यात जाळलेल्या वस्तूंचा मोठा सडा पडला होता.

खानजहान हा त्या वेळी औरंगाबादला होता. त्याला ही बातमी लगेच समजली आणि तो ताबडतोब फर्दापूरच्या घाटाशी पोहोचला. तेथे तो तीन–चार तास थांबला. पण त्यामुळे त्यास येण्यास उशीर झाला. तोपर्यंत मराठे चोपड्याच्या मार्गे तडक निघून चार–पाच दिवसांत साल्हेरला पोहोचले. बादशहा खानजहानवर अतिशय चिडला.

बुऱ्हाणपूरचे प्रतिष्ठित नागरिक, मौलवी, विद्वान इत्यादींनी बादशहाकडे विनंती केली की, ''काफरांचा जोर झाला. आमची अब्रू आणि संपत्ती नष्ट झाली. यापुढे शुक्रवारची नमाज बंद पडेल.'' यावर बादशहाने खानजहानला चिडून पत्र लिहून कळविले की, 'दक्षिणच्या काफरांचा बीमोड करण्यासाठी मी स्वत: येत आहे.'

बुऱ्हाणपूरच्या लुटीसंबंधी औरंगजेबाच्या दरबारच्या १९ फेब्रुवारी, १६८१ च्या अखबारातील पुढील लेख सापडतो –

'बुऱ्हाणपूरच्या वृत्तपत्रावरून समजले की, शत्रुसैन्य एकत्र जमून आले, या बातमीमुळे खानजहान काकरखान येथे आला होता. त्याने किल्ला बंद करून घेऊन खबरदारी बाळगली. शत्रू करणपुऱ्यावर तुटून पडला. रजपुतांना नि:शस्त्र केले व तीन दिवस शहरात राहून ते लुटून गेले.' (जु. २४ सफर १० शनिवार) शके १६०२ फाल्गुन शुद्ध।। १२ – १९ फेब्रुवारी १६८१.

बुऱ्हाणपूरची लूट ही औरंगजेबाच्या अंत:करणास झालेली मोठी जखम होती. त्याने खानजहानला बुऱ्हाणपूरच्या सुभेदारीवरून बदलले आणि त्या जागी १ मार्च १६८१ रोजी इरजखान यास नेमले.

बुऱ्हाणपूरची झालेली दुर्दशा पुढे आलेल्या औरंगजेबपुत्र शहजादा अकबर याने त्यास लिहिलेल्या पत्रातून कळविली आहे. तो लिहितो,

'........दक्षिण प्रांताची अशीच दुर्दशा झाली आहे. वास्तविक पाहता हा विस्तीर्ण दक्षिण प्रदेश म्हणजे भूमीवरील स्वर्गच होय. आणि बुऱ्हाणपुर म्हणजे विश्वसुंदरीच्या गालावरचा तीळच होय. पण हे शहर आज उद्ध्वस्त होऊन गेले आहे........'

औरंगाबादेवर दहशत

फेब्रुवारी १६८१ मध्ये मराठ्यांची एक तुकडी औरंगाबाद या शहरात घुसली. औरंगाबाद हे शहर दक्षिण सुभ्याची राजधानी. खुद्द औरंगजेबाने स्वत:च्या नावाने वसविलेले

हे शहर होते.

निजामशाही अंमलात 'खिजिस्तबुनियाद' यास 'खडकी' हे नाव होते. ते जवळजवळ बेचिराख असे खेडे होते. विजापूरच्या आदिलशाहीतील मलिकंबर हबशी याने फत्तेनगर म्हणून एक ठाणे आपल्या धन्यासाठी वसविले. पाण्याचे दुर्भिक्ष असल्यामुळे त्याने हर्सूलच्या नदीपासून एक कालवा खणून आपल्या वाड्यात आणला. गावाजवळ एक तलाव बांधला. यानंतर शहाजादा औरंगजेब यांस दक्षिणची सुभेदारी मिळाली. (सन १६३६) त्याने खडकी येथे हे शहर वसविले आणि त्यास औरंगाबाद हे नाव दिले. तलावाच्या काठावर एक वैभवशाली प्रशस्त प्रासाद (आलमगिरी महल) बांधला. अशाच प्रकारची घरे बांधण्यासाठी अमीर उमराव व नोकरांना जागा देण्यात आल्या.

शहाजादा औरंगजेब दौलताबादहून औरंगाबादला राहायला आला व 'आलमगिरी महाल' या प्रासादातून औरंगजेब दक्षिण सुभ्याचा कारभार पाहू लागला. त्याची अत्यंत देखणी पत्नी दिलरसबानू (रबिया उद दुराणी) ही तेथे वारली. तिची स्मृती म्हणून तिची कबर तिचा मुलगा अजमशहा याने बांधली. आजही ती 'बिबी का मकबरा' नावाने उभी आहे. (इ.स. १६७७)

फेब्रुवारी १६८१ मध्ये औरंगाबाद शहरात मराठे अचानक घुसले. ही बातमी बहादूरखानाला समजली. औरंगाबादजवळ ३२ मैलांवर (सु. ५१ कि.मी.) असलेल्या बाभुळगाव येथे त्याची छावणी होती. मराठे अहमदनगर – मुंगी–पैठण या मार्गाने चालून येत आहेत व औरंगाबादवर हल्ला करणार आहेत अशी बातमी समजताच बहादूरखान औरंगाबादेकडे निघाला. औरंगाबाद शहराच्या बंदोबस्ताच्या कामगिरीवर राजा अनुपसिंह हा होता. मराठ्यांचे सैन्य बाईपुरा व सातारा या खेड्यांजवळ आहे. अनुपसिंह हा तयारीला लागला. पण मराठ्यांच्या सैन्यावर चालून जाण्याचे त्याचे धाडस होईना. मराठ्यांनी लुटालूट सुरू केली. पण बहादूरखान येऊन पोहोचला आणि मराठे माघारी फिरले. बहादुरखानाने जसवंतसिंहाच्या तलावाच्या काठावर आपला तळ दिला.

भीमसेन सक्सेना म्हणतो –

'मी मध्यान्हाच्या वेळी औरंगाबादमध्ये दाखल झालो. मला जे दृष्य दिसले ते विलक्षण होते. लोकांनी आपापल्या घराचे दरवाजे बंद केले होते. ते आपापल्या वाड्यात तयार होऊन उभे होते. बाजारात आणि गल्ल्यांतून एकही माणूस दिसत नव्हता. कोतवालाच्या ओट्यावर मला फक्त तीन शिपाई बसलेले आढळले. माझा चुलत भाऊ हरराय आणि इतर नातेवाईक हे औरंगाबादमध्ये होते. माझ्या येण्याने ते निश्चिंत झाले.'

पावसाळा आला म्हणून बहादूरखान हा औरंगाबादमधील जुन्या राजवाड्यात राहू

लागला. (त्या भागास 'कुहना' असे म्हणतात.) मराठ्यांची धामधूम पाहाता औरंगाबाद शहराभोवती तट बांधावा अशी बादशहाने आज्ञा केली. ते काम बहादूरखानाने हाती घेतले.

१७ व्या शतकातील उत्तरार्धात फ्रेंचांनी मद्रासच्या दक्षिणेस पाँडेचेरी येथे वखार घातली. त्या वखारीचा प्रमुख फ्रान्सिस मार्टिन होता. इ.स. १६७० ते १६९४ पर्यंत ही वखार होती. राजापूर येथेपण त्यांची वखार होती. इ.स. १६७० ते इ.स. १६९४ या काळामधील घटनांच्या नोंदी त्याच्या दैनंदिनीतून समजतात. फ्रेंच डायऱ्यांचे भाषांतर डॉ. सुरेंद्रनाथ सेन यांनी केले आहे. त्यांतून औरंगाबाद शहराची हकिकत समजते. जुलै १६८१ च्या दैनंदिनीत औरंगाबाद शहरासंबंधी तो लिहितो –

'औरंगाबाद हे एक नवीन शहर आहे. ते एक भरपूर वस्तीने गजबजलेले शहर आहे. माझ्या माहितीप्रमाणे ह्या शहरात एकच प्रेक्षणीय वास्तू आहे. ती म्हणजे मोगल बादशहा औरंगजेब याचा मुलगा अज्जब याने बांधलेला महाल. (हा संदर्भ बिबीच्या मकबऱ्याशी जुळतो.) शहराला लागून मोठे तळे आहे. आमच्या कानावर बातमी आली ती अशी की, औरंगजेबाचा दूधभाऊ बहादूरखान (औरंगाबादचा सुभेदार) याने घोडदळासहित ह्या तलावाच्या काठी तळ दिला होता. संभाजीराजांची आक्रमणे थोपवून धरावीत हा त्याचा उद्देश होता. दक्षिणच्या सुभ्यांतून चौथाई वसूल करण्याची संभाजीराजांची मोहीम होती. आपल्या नियंत्रणाखाली चौथाईच्या दृष्टीने त्यांनी दक्षिणच्या सुभ्याचा काही भाग आणला होता. ज्यांनी चौथाई नाकारली ती गावे संभाजीराजांचे सैन्य लुटून उद्ध्वस्त करीत. अशी अफवा पसरली होती की, बहादूरखान व संभाजीराजे ह्यांचे संगनमत झाले आहे. आणि त्यामुळे संभाजीराजे जी रक्कम गोळा करीत तिचा काही भाग बहादूरखानाच्या वाट्याला येत असे. बहादूरखान हा अत्यंत लोभी असल्याचे जगजाहीर होते. त्यामुळे अशा अफवांमध्ये भर पडली असावी. खाफीखानानेसुद्धा बुऱ्हाणपूरच्या लुटीच्या वेळी बहादुरखानाने येण्यास उशीर केला होता, असे म्हटले आहे. तसेच त्याने मराठ्यांकडून लाच घेतल्याची शंका होती, असे म्हटले आहे.'

मार्टिन पुढे म्हणतो की, इ.स. १६७० मध्ये सुरतेहून मछलीपट्टनला जाताना आम्ही औरंगाबाद आणि बिदर या मार्गाने गेलो होतो. त्यावेळची ह्या प्रदेशाची स्थिती आणि आत्ताची स्थिती यात महदंतर पडले होते. औरंगाबाद आणि बिदर या दोन्ही प्रदेशात काही बंदिस्त गढ्यांची गावे सोडल्यास सगळा प्रांत उद्ध्वस्त दिसत होता. येथील जमीन जगातील सुपीक म्हणून नावाजलेली आहे. पूर्वी हा भाग माणसांनी गजबजलेला असे. आता फक्त अर्धा भाग शेतीखाली आलेला दिसला. आम्हाला अशी कित्येक गावे

दिसली की त्यात एकही माणूस दिसत नव्हता. १० ऑगस्ट रोजी आम्हाला असे समजले की, संभाजीचे सैनिक या रस्त्यावर पसरले आहेत. आणि ते सर्व प्रवाशांना लुटीत आहेत. १२ तारखेस आम्हाला असे कळले की, नवापूरपासून तीन तासांच्या अंतरावर एका लहान किल्ल्यापाशी संभाजीच्या सैनिकांनी तळ दिला आहे. तेथून ते बाहेर पडून चहूकडे आक्रमण करीत. १२ तारखेला पाऊस पडत होता. एका जंगलापासून बाहेर पडल्यावर दोन टेकड्यांच्या मध्ये बरेच तंबू उभारलेले दिसले. मला वाटले, ते संभाजीचे सैनिक असावेत........ कपुरा नावाच्या गावाला मी आलो. तेथे सराईकडे गेलो. खोलीत जातो तो कमरेपर्यंत पाणी होते. तेथील अधिकाऱ्यांनी माझे स्वागत केले. गव्हर्नरने मला कळविले की, दोन पठाण व्यापारी संभाजीच्या तावडीत सापडले आहेत. संभाजीच्या सैनिकांनी त्यांचे सर्वस्व हरण केले.[२]

मार्टिनच्या या दैनंदिनीवरून औरंगाबाद शहर, त्याचा परिसर, तेथील नैसर्गिक परिस्थिती, पावसाचे प्रमाण, औरंगजेबच्या सैन्याची गैरशिस्त, अधिकाऱ्यांचा लाचखाऊपणा, व्यापाऱ्यांची असुरक्षिततेची भावना इत्यादी गोष्टींचा बोध होतो.

औरंगजेब दरबारातील १६ मे १६८१ च्या अखबारातून याची माहिती मिळते – (जु. २४ जवल ४ शुक्रवार)

''खानजहान बहादुरांचा अर्ज डाकचौकीने आला. लुत्फुलाखानच्या मार्फतीने नजरेखालून गेला. लिहिले होते की, गनिमाची फौज औरंगाबादच्या भोवतालचा प्रदेश लुटण्यासाठी आली होती. म्हणून खानजान मुजफ्फरखान, रणमस्तखान, दाऊदखान वगैरे बादशाही लोक स्वार होऊन तेथे पोहोचले. लढाई झाली. बादशाही सुदैवाने त्यांनी शत्रूचे १५०० लोक मारले व अनेकांना जखमी केले. त्यांनी पळ काढला. बादशाही फत्ते झाली. त्यांनी लुटलेले सामान परत आणले. शत्रूचे लोक पळून गेले. मुजफ्फरखानाने फौजेसह त्यांचा पाठलाग केला. जे बादशाही लोक जखमी झाले व ज्यांनी कष्ट केले त्याबद्दलचा अर्ज बादशहाकडे पोहोचेल.''

सुलतान अकबर यानेसुद्धा औरंगजेबास लिहिलेल्या पत्रातून बुऱ्हाणपूरच्या दुर्दशेचे जे वर्णन केले आहे त्यातच औरंगाबादची अवस्था एका ओळीत वर्णन केली आहे ती अशी –

'औरंगाबाद' हे शहर आपल्या नावाने वसविण्यात आले आहे. पण शत्रुच्या सैन्याच्या आघाताने ते पाऱ्यासारखे अस्थिर झाले आहे.

बुऱ्हाणपूर आणि औरंगाबाद यांची अशी धूळधाण उडाली !

नळदुर्ग

एप्रिल १६८१ मध्ये मराठ्यांचे सैन्य नळदुर्गाजवळ घिरट्या घालत होते. नळदुर्ग हा अतिशय मजबूत असा विस्तीर्ण तटबंदी असलेला किल्ला मराठवाड्यातील सध्याच्या धाराशिव जिल्ह्यात सोलापूर - हैदराबाद या राजरस्त्याच्या एका बाजूस बोरी नदीच्या काठी असून लांबूनच त्याच्या विस्तीर्ण स्वरूपाचे दर्शन घडते. हा किल्ला समुद्रसपाटीपासून ६७.५६ मीटर उंचीवर १०३ एकर जमिनीवर असून त्यास ११४ बुरूज आहेत. चालुक्य-बहमनी - आदिलशाही आणि इ.स. १६१७ पासून मोगलांकडे असलेल्या या किल्ल्यास आदिलशहा (अबुलमुजफ्फर) याने 'शहादुर्ग' हे नाव दिले होते. पुढे पेशवाईत व नंतर हैदराबाद संस्थानात हा किल्ला होता. नावाबुरूज, उपळीबुरूज, पाणीमहल, जामा मशीद व काही तोफा इत्यादी गोष्टी आजही या किल्ल्यात पाहण्यास मिळतात. 'पाणीमहल' हे किल्ल्याचे वैशिष्ट्यच आहे. त्यामुळे किल्ल्यास पाणीपुरवठा करण्याची एक सोय होती. विजापूरच्या इब्राहिम आदिलशहाने बोरी नदीला किल्ल्यात वळविले आणि तिच्या पात्रात भिंत बांधून धरण तयार केले. त्यासच 'पाणीमहल' असे म्हणतात. शंभर फूट (सु. ३३ मी.) उंच व शंभर फूट (सु. ३३ मी.) रुंद असा २७४.३२ मीटर लांब असलेल्या या पाणी महालावरून दोन मोठे धबधबे असून दोनशे फूट (सु. ६७ मी.) उंचीवरून धरणातील पाणी खाणी पडते. हे दोन धबधबे नर व मादी या नावाने ओळखले जातात. उपल्या बुरूज हा १५० फूट (सु. ५० मी.) उंचीचा असून त्यावर एक तोफ आहे. बुरुजाच्या मागे विहीर आहे.

नळदुर्ग किल्ल्याची नोंद, चालुक्य राजा कीर्तिवर्मन याने हा किल्ला इ.स. ५३७ मध्ये नळ राजवटीतून जिंकला, अशी आहे. या किल्ल्याच्या महालाची लांबी १०० फूट (सु. ३३ मी.) असून त्यात एक फारशी शिलालेख आढळतो. त्यातील पुढील वचने पाहा. ''या महालात मित्रत्वाच्या दृष्टीने पाहिल्यास डोळे दिपून जातील आणि शत्रुत्वाच्या दृष्टीने पाहिल्यास डोळ्यांपुढे अंधार येईल.'' हा किल्ला अजिंक्य समजला जात असे.

मार्च १६८१ मध्ये मराठे नळदुर्ग किल्ल्याभोवतालचा प्रदेश लुटण्यासाठी गेले. नळदुर्गच्या किल्लेदाराने त्यांच्याशी सामना दिला. ते पळून गेले. किल्ल्यातील दारू व बाण खर्ची पडले.

खानजहान बहादूरखानाने रणमस्तखानास मराठ्यांच्या प्रतिकारासाठी पाठविले. नळदुर्गापासून सहा मैलांवर (सु. १० कि. मी.) लढाई झाली. बरेच मराठे आणि मोगल सैनिक कामी आले.

बुऱ्हाणपूर लुटून अचानक औरंगाबादवर धडक देणे, सोलापूर, नळदुर्गाकडे धुमाकूळ घालणे – म्हणजे एकाच वेळी शत्रूस हैराण करून त्याची युद्धाची तयारी हाणून पाडणे, हे युद्धशास्त्रातील एक तंत्र हंबीररावांनी या वेळी अवलंबिले. एकाच वेळी भौगोलिकदृष्ट्या दूरवरच्या ठिकाणांवर हल्ले करून शत्रूची ताकद विभागली. आक्रमण आणि बचाव, कमीतकमी हानी आणि जास्तीतजास्त फायदा हे गनिमी युद्धतंत्र हंबीररावांनी सुरुवातीपासून योजिले. (ज्व.स.रा. पृ. ११४ – ११८). हंबीरराव मोहिते यांच्याकडे या मोहिमेचे नेतृत्व असल्याने या मोहिमेचे सर्व श्रेय हंबीरराव मोहिते यांना द्यावे लागेल. बुऱ्हाणपूरला मिळालेली लूट जशीच्या तशी रायगडावर हंबीररावांनी पोचविली. या मोहिमेचे वैशिष्ट्यच असे की, या मोहिमेमुळे दक्षिणेचे प्रवेशद्वार असलेल्या बुऱ्हाणपुरावरच घातलेला प्रचंड घाला आणि औरंगजेबाने स्वत:च्या नावाने वसविलेले औरंगाबाद शहर यावर बसविलेली दहशत. ही गोष्ट औरंगजेबाच्या मनात घर करून राहिली. औरंगाबाद शहराभोवती त्याने तटबंदी करण्याची आज्ञा आपल्या अधिकाऱ्यांना दिली. म्हणून या मोहिमेचे महत्त्व हंबीररावांच्या चरित्रात फार आहे.

संदर्भटिपा

१. शिवदे सदाशिव, ज्वलज्ज्वलनतेजस संभाजीराजा, पृ. ११ – ११३
२. नि.वि.औ., पृ. ४० ते ४७

११. शहनशहा औरंगजेब महाराष्ट्रात

औरंगजेबपुत्र शाहजादा अकबर याने आपल्या बापाविरुद्ध बंड करून तो महाराष्ट्रामध्ये संभाजीमहाराजांच्या आश्रयाला आला होता. त्याच्याबरोबर स्वत:चे आणि राजपुतांचे मिळून ३००-४०० स्वार होते. संभाजीराजांनी त्याला सुधागड किल्ल्याच्या पायथ्याशी असलेल्या धोंडसे (पादशाहापूर) येथे ठेवले होते. अकबराला पकडण्यासाठी औरंगजेबाने प्रयत्न चालू केले होते आणि ज्या वेळी त्यास समजले की, संभाजीराजांनी त्यास आश्रय दिला आहे. त्या वेळी तो अतिशय चिडला. शिवाय संभाजीराजांच्या, औरंगजेबाच्या मुलखातील हालचाली इतक्या तीव्र गतीच्या आणि चपळ होत्या की, त्यामुळे औरंगजेबाचे अधिकारी त्रासून गेले. पूर्वी दक्षिण जिंकण्याचा प्रयत्न अल्लाउद्दीन खिलजीने केला होता. त्यास इकडे कायमची सत्ता संपादन करता आली नाही. त्यानंतर मोगल बादशहांपैकी अकबराचे प्रयत्न दक्षिण जिंकण्यास समर्थ ठरले नाहीत. थोडेफार यश त्याला आले. पण तो पूर्ण यशस्वी झाला नाही. शाहजहानाकडून अहमदनगरची निजामशाही फक्त नेस्तनाबूत झाली. औरंगजेबाने दक्षिणेत सुभेदार असताना राजकारणाचे धडे घेतले होते आणि दक्षिणेमध्ये मोगली सत्ता वाढवावी अशी त्याची मनीषा होती. शिवाजीराजांनी निर्माण केलेले स्वतंत्र हिंदुराज्य हे त्याचे शल्य होते. शिवाजीमहाराजांना औरंगजेबाच्या सर्व हालचालींची जाणीव होती. त्याच्या प्रचंड सेनादलाची आणि त्यातील अधिकाऱ्यांची गैरशिस्त व लाचखाऊपणा त्यांना माहीत होता.

महाराजांच्या महानिर्वाणानंतर संभाजीमहाराजांनी औरंगजेबाच्या लाडक्या बुऱ्हाणपूर शहरावर चाल करून ते उद्ध्वस्त केले. बुऱ्हाणपूरची लूट आणि मोगली मुलखात चालविलेली लचकेतोड, औरंगाबादवर बसविलेली दहशत यांमुळे आणि आपला शाहजादा अकबर हा त्याच्या पाठलागाचा आटोकाट प्रयत्न करूनसुद्धा सुखरूपपणे संभाजीराजांच्या आश्रयाला येऊन राहिला त्यामुळे शहनशहा खवळला होता.

आसेतु हिमाचल इस्लामीकरण करण्याची औरंगजेबाची तीव्र धर्मवेडी महत्त्वाकांक्षा होती. आयुष्याच्या शेवटी जिहाद व पुण्यसंपादन (मूरतसम जमीरे अकदस) अशी बादशहाची इच्छा होती. रमजान महिन्याच्या २ तारखेस म्हणजे ४ सप्टेंबर, १६८१ रोजी बादशहाने अजमेरहून बुऱ्हाणपूरकडे कूच करण्याची आज्ञा केली. दिनांक ८ सप्टेंबर, १६८१ ला अजमेरहून आपल्या प्रचंड लवाजम्यासह दक्षिणेकडे निघाला.

शाही वैभवाचे विराट स्वरूप हिंदुस्थानातल्या जनतेने पाहावे व तिचे डोळे दिपून जावेत, आपले सामर्थ्य केवढे प्रचंड आहे हे दक्षिणेकडील काफरांना कळावे आणि ते पाहून ते गर्भगळित व्हावेत या हेतूंनी औरंगजेबाने आपल्याबरोबर प्रचंड खजिना घेतला होता.

दक्षिणेकडे कूच करताना औरंगजेबाबरोबर शाहआलम, अज्जम आणि कामबक्ष ही त्याची तीन मुले होती. तसेच बरोबर त्याचे नातूही होते. अकबराचे बंड मोडण्यासाठी म्हणून बादशहा हा अजमेराहून निघून दक्षिणेकडे रवाना झाला.

औरंगजेबाने दक्षिण मोहिमेसाठी आपले पुढील नातलग व अधिकारी बरोबर घेतले.

मुले व नातू :	शाहजादा मुअज्जम	–	मोठा मुलगा
	शाहजादा अज्जम	–	दुसरा मुलगा
	शाहजादा कामबक्ष	–	तिसरा मुलगा
	बेदारबक्ष, मुजिउद्दीन	–	नातू
इतर नातेवाईक :	आसदखान	–	(मावशीचा नवरा), (औरंगजेबास मृत्यूपर्यंत साथ)
	जुल्फीकारखान	–	(इतियादखान), (औरंगजेबाचा मावसभाऊ)
	रहुल्लाखान	–	(मावसबहिणीचा मुलगा)
	खानजहान उर्फ रहुल्लाखान बरामदखान बक्षी	–	(आसदखानाचा मुलगा)
	खाजाआबीद	–	(निजामुल्मुकाचा बाप, विश्वासू मनसबदार) निजामल्मुक, दाऊदखान पन्नी, बहादूरखान,
	खानजमान	–	(औरंगजेबाचा दूधभाऊ) व त्याचा मुलगा हिंमतखान
	तरबियतखान	–	(तोफखान्याचा प्रमुख), फत्तेउल्लाखान
	राजपूत सरदार	–	अनुपसिंह हाडा, राव कर्ण, राव दल्पत रामसिंह हाडा, सवाई जयसिंह इत्यादी

अशा मातब्बर, समरधुरंधर सेनाधिकाऱ्यांसह औरंगजेब प्रचंड खजिना, जडजवाहीर, सेनादलासह दक्षिण जिंकण्यासाठी 'जिहाद' पुकारून निघाला.

खाफीखान लिहितो, दक्षिणेच्या काफरांचा बीमोड करावा व महंमद अकबर दक्षिणेकडे होता त्याचा पाठलाग करावा, या दोन्ही उद्देशांनी ईदचा उत्सव करून बादशहा दक्षिणेकडे निघाला. (८ सप्टेंबर) शहजादे बरोबर होते.

ठिकठिकाणी कारभाराकडे लक्ष देत आणि सहल शिकार करीत त्याने अकबरपूरच्या उतारावर नर्मदा ओलांडली. जिहाद महिन्याच्या १४ तारखेस (१३ नोव्हेंबर) तो बुऱ्हाणपूर येथील राजवाड्यात दाखल झाला. खानजहान बहादुर सुभेदार दक्षिणच्या चार सुभ्यांचा दिवाण अमीरखान, मोठे मोठे फौजदार आणि नामांकित कारभारी त्याच्या सेवेत रुजू झाले. विजापूर, कुतुबशाही आणि मराठे यांचे नामांकित फौजबंद सरदार बादशहापाशी हजर झाले. त्यांना खिलतीचे पोशाख, हत्ती, घोडे, जवाहीर इत्यादी देण्यात येऊन त्यांचा मानसन्मान करण्यात आला.[१]

बादशहाच्या सेनाभाराचे व छावणीचे स्वरूप

डॉ. जॉन फ्रँसिस जेमेली करेली कृष्णा नदीच्या काठावरील गलगली या गावी (विजापूरपासून ५० कि.मी. अंतरावरील) संभाजीराजांच्या वधानंतर १६८९ मध्ये मोगल सैन्य ब्रह्मपुरी ते गलगली प्रवास करीत होते, या वेळी तेथे लेखकाने मोगल सैन्याचे विराट स्वरूप पाहिले व त्याने त्याचे वर्णन केले आहे

तो लिहितो, 'बादशहाची लढाऊ फौज साठ हजार स्वार व एक लक्ष पायदळ इतकी असून ओझ्यासाठी पन्नास हजार उंट, तीन हजार हत्ती असून, नोकर, चाकर, कारागीर, व्यापारी इत्यादींची गणती केली तर पाच लाख मनुष्ये होती. बादशाही फौज तीन लाख स्वार व चार लाख पायदळ इतकी होती असे म्हणण्यास हरकत नाही.

'छावणीमध्ये एकंदर २५० बाजार असून तिचा विस्तार सुमारे ३० मैलांपर्यंत (सु. ४८ कि.मी.) असे. तोफखाना सर्वांपुढे ठेऊन लढाईस सुरुवात होई. दोन्ही बाजूंकडून घोडेस्वार बाणांचा वर्षाव करीत आणि तोफांनी शत्रूंच्या रांगांमध्ये गोंधळ उडवून दिला म्हणजे स्वार मोठ्या वेगाने हल्ला करीत आणि मग काही वेळ हातघाईची लढाई सुरू होई. एकंदर लढाई चालू असता बादशहास आपले हत्तीवरून न उतरण्याची खबरदारी घ्यावी लागे.'

तीस मैल (सु. ४८ कि.मी.) पसरलेली ही विस्तीर्ण छावणी म्हणजे एक फिरते शहरच असे. तो म्हणतो, पर्शिया व अरेबिया येथून रुपये ४०० ते रुपये २००० पर्यंत किंमती घोड्यांची खरेदी केली जाई. रोज ४ पौंड चणे आणि बार्ली, १ शेर लोण्याचा गोळा असा घोड्यांचा खुराक असे. घोड्याप्रमाणे एका हत्तीलाही १०० पौंड खुराक दिला जाई. त्यांच्या देखरेखीसाठी व पोषणासाठी प्रचंड खर्च केला जाई.

बादशहाच्या तंबूचे वर्णन

बादशहाच्या तंबूचा रंग लाल असे. त्याला भारी मछलीपट्टणच्या कापडाच्या कमानी असत. तंबूवर कलाकुसर डोळे दिपविणारी असे. उंच जागी दिवाण आम – खासची जागा ठेवली जाई. अगदी दिल्ली – आग्रा राजदरबाराची आठवण व्हावी. बादशहाच्या तंबूशेजारीच त्याच्या बेगमांचे तंबूतील महाल वसविले जात. त्यानंतर शाहजाद्यांची व्यवस्था व त्यानंतर अमीरउमरावांचे तंबू असत. बादशहाच्या तंबूभोवती २४ तास पहारा असे. दर ५०० पावलांवर १ पहारेकरी असे. दरबाराच्या तंबूच्या पुढे १२० फूट (सु. ४० मी.) उंचीचा एक लांब खांब असे. त्यावर एक दिवा असे. त्याला आकाशदिवा असे म्हणत. बादशहाच्या वसतिस्थानात वाजंत्रीचा ताफा असून काही ठराविक वेळी वाजंत्री वाजत. बादशहाचा तंबू मध्यभागी असे व तेथून चौफेर रुंद रस्ते केलेले असत.

बादशहाचा लवाजमा ज्यावेळी रस्त्याने चालत असे त्यावेळी पुढचा रस्ता साफ करण्याचे काम सुरू असे. बादशहाचा प्रचंड तोफखाना साठ–सत्तर तोफा शेकडो बैलांकडून ओढल्या जात. पितळेच्या तोफा ३०० वर असत. त्या घोडे ओढीत. तोफखान्यावर अतिशय कसलेले गोलंदाज असत. त्यात युरोपियन लोकांचा भरणा असे.[२]

संभाजीमहाराजांची मोगल प्रदेशात चढाई

औरंगजेब दक्षिणेस येण्यास निघाल्यानंतरसुद्धा संभाजीमहाराजांची मोगल प्रदेशात चारी दिशांना लुटालूट चालू होती. त्यासंबंधी निकोलाय मनुची लिहितो – 'औरंगजेब दक्षिणेला येण्यास निघाला आहे.' ही बातमी मिळूनसुद्धा संभाजीने चारी दिशांना लुटालूट करण्याचे प्रकार सोडले नाहीत. त्या बलाढ्य मोगल सेनेला आपण किती क्षुद्र लेखतो हे दाखविण्याचा त्याचा हेतू होता. आम्ही बुऱ्हाणपूरला पोहोचण्यापूर्वीच तळापासून ५–७ मैलांवर (सु. ८–११ कि.मी.) असलेले एक संपन्न गाव त्याने (संभाजीने) उद्ध्वस्त केले होते.

बादशहाला बुऱ्हाणपूर आणि औरंगाबाद यांच्यामध्ये प्रवासात बातमी आली की, नामांकित, शूर आणि कर्तबगार असलेला रोहिला दिलेरखान हा काही आजारबिजार नसता एकाएकी मरण पावला.

औरंगजेबाने ११ सप्टेंबर, १६८१ च्या सुमारास औरंगाबाद किल्ल्याच्या दुरुस्तीचे आदेश दिले आणि बुऱ्हाणपूरच्या आसपासची देवळे पाडण्याचा आदेश दिला. ऑक्टोबर १३ च्या सुमारास संभाजीमहाराजांचा वकील शाहआलमकडे गेला. त्याला बादशहाने कैद करण्याचा आदेश दिला आणि त्या सुमारास संभाजीराजांनी पुरंदरवर आपले ३००० लोक पाठविले. ही बातमी खानजहान यास समजताच त्याने रणमस्तखानाला २००० फौज देऊन पुरंदरकडे रवाना केले. मराठ्यांची अनेक खेडी त्याने जाळली, बरीच

कापाकापी केली, अनेक लोक कैद झाले, बरीच जनावरे लुटली.

याच महिन्याच्या अखेरीस संभाजीमहाराजांनी आपले सैन्य औरंगाबाद, सोलापूर, पेडगाव या भागात पाठविले. अहमदनगर येथे संभाजीराजांची पत्नी दुर्गाबाई हिला अहमदनगर किल्ल्यात ठेवले होते. तिला सोडवण्यासाठी अहमदनगर किल्ल्याभोवती मराठ्यांचे हल्ले होत असत. २० नोव्हेंबर, १६८१ च्या सुमारास मराठ्यांच्या सेना अहमदनगर किल्ल्याच्या भोवतीचा प्रदेश उद्‌ध्वस्त करीत होत्या. त्याच वेळेला मुल्हेर आणि साल्हेर येथेपण मराठ्यांचे सैन्य मोगली सैन्याशी लढत होते. पुरंदरावरही मराठ्यांच्या हालचाली चपळ गतीने होत होत्या. बागलाणातील कोहोज हे मराठ्यांच्या दहा हजार सैन्याने लुटले. औरंगजेब बुऱ्हाणपूरला पोहोचला होता.

त्याच्या छावणीच्या जवळच्या पाच-सात मैलांवरचे (सु. ८-११ कि.मी.) एक संपन्न गाव मराठ्यांनी उद्‌ध्वस्त केले होते. त्या घटनेने शाहआलमला आनंद झाला. याबद्दल मनुची एक गंमतीदार हकिकत लिहितो. शहाआलम औरंगाबादला सुभेदार असतांना औरंगजेब त्याला नेहमी दोष देत असे, 'तू औरंगाबादला असतांना शिवाजीला इतक्या जवळ कसा येवू देतोस ?' या कारणाने औरंगजेबाने शहाआलमला दक्षिणच्या सुभेदारीवरून बदलले होते. आता संभाजी औरंगजेबाला काही भीक घालीना. उलट औरंगजेबाच्या तळाच्या अगदी जवळ येवून तो लुटालूट करू लागला. आपल्याला येता जाता दोष देणाऱ्या बापावर, तळापर्यंत संभाजी आलेला पाहाण्याची आपत्ती ओढवली हे पाहून शहा आलमला आनंद झाला. (३)

ज्या दिवशी औरंगजेब बुऱ्हाणपूरला आला (१३ नोव्हेंबर १६८१)

जेधे शकावलीतील नोंद : 'दुर्मती संवत्सरे शके १६०३ पौषमासी औरंगजेब बुऱ्हाणपुरास आला.'

याच दिवशी, १३ नोव्हेंबर १६८१ रोजी संभाजीराजे अकबर यांची सेना समुदाये लष्कर व हशम यांच्यासमवेत पातशहापूर सुधागड येथे भेट झाली. अकबरासमागमे दुर्गादास होता. बहुत सन्मान केला.(४)

दिलेरच्या तावडीतून सुटलेला शिवपुत्र संभाजी आपल्या बंडखोर पुत्राला आश्रय देतो, आपणास बुऱ्हाणपूर लुटून प्रत्युत्तर देतो, हा सल औरंगजेबास दक्षिणेत येण्यास आणि आपल्या शाहजाद्याचा आणि संभाजीचा नायनाट करण्याच्या इच्छापूर्तीसाठी कारणीभूत झाला. संभाजी स्वत:ला राज्याभिषेक करून घेऊन अभिषिक्त छत्रपती म्हणून हिंदवी स्वराज्याच्या सिंहासनावर विराजमान झाला होता आणि आपल्या मुलखात अनिर्बंधपणे धुमाकूळ घालीत होता. ही गोष्टसुद्धा औरंगजेबाच्या अंत:करणात घर करून बसली होती. त्याच्यासाठी दक्षिण मोहिमेचा अट्टाहास त्याने केला !

महाराष्ट्राचे नव्याने जन्मास आलेले रांगते रांगडे राज्य !

ते अगदी सहज हस्तगत करण्याचा मनसुबा औरंगजेबाने रचला.[५]

या सर्व मोहिमांत हंबीरराव मोहिते यांचा प्रत्यक्ष उल्लेख नसला तरी सरसेनापती म्हणून हंबीरराव मोहिते रणांगणावर निश्चितपणे असलेच पाहिजेत.

संदर्भटिपा

१. ज्वलज्ज्वलनतेजस संभाजीराजा, पृ. १४७–१४८

२. ज्वलज्ज्वलनतेजस संभाजीराजा, पृ. १४८

३. 'असे होते मोगल,' मनुचीचे डेबल

४. जेधे शकावली

५. ज्वलज्ज्वलनतेजस संभाजीराजा, पृ. १४७ ते १५१

१२. औरंगी चतुरंग सेनेशी हंबीररावांचा झगडा

कल्याण-भिवंडीत मोगल उतरले

हसन अलीखान बहादूर अलमगिरीशाही यास चौदा हजार फौजेसह बादशहाने तळकोकणात रवाना केले. त्यासाठी नियतेखैरचा फतिहा पढून त्यास खिल्लत दहा हजार रुपये किमतीचा एक हत्ती व तीनशे मोहरा किमतीच्या सोन्याच्या साजासह एक घोडा बादशहाने बक्षिस दिला. त्यास चार हजार जात, तीन हजार स्वार त्यांपैकी पाचशे स्वार दुघोडी अशी मनसब होती. त्यावर कृपा करून तीत एक हजार जात वाढ फर्मावली. त्याची मुले हुसेनअली वगैरेना बापाबरोबर रवाना होण्याचा हुकूम झाला.(१)

हसनअलीखान हा जहांगीरकालीन अलीवर्दीखान याचा मुलगा. तो नंदुरबार आणि सुलतानपूर येथील फौजदारीवरून औरंगाबादचा प्रमुख झाला. मथुरेचा फौजदार असताना तेथे त्याने जाटांचा बिमोड केला. आणि जाटांचा प्रमुख गोकुळ जाट याला जिवंत पकडून आग्र्याच्या कोतवालीच्या चौथाऱ्यावर त्याने त्याचे तुकडे-तुकडे केले. औरंगी वृत्तीच्या या हसन अलीखानने मेवाडच्या लढ्यात महाराण्याला पाणी पाजले होते. उदयपूरजवळच्या १७६ देवळांचा त्याने नायनाट केला होता. त्यामुळे कोकणावर स्वारी करण्यास हाच माणूस योग्य आहे हे औरंगजेबाच्या पारखी वृत्तीस समजल्यावाचून राहिले नाही आणि दक्षिणेतील कोकण काबीज करण्यासाठी त्याची औरंगजेबाने निवड केली.(२)

जुन्नर ते कल्याणपर्यंतचा टापू मोकळा होता. तो घेण्याचा विचार करून हसन अलीखान निघाला. मुंबईकर इंग्रज ४ फेब्रुवारी १६८२ च्या पत्रातून त्याच्या आगमनाची माहिती देतात.

'...........हसन अलीखान २० हजार स्वार व १५ हजार पायदळ घेऊन आता आलेल्या बातमीनुसार कल्याण-भिवंडीपर्यंत आला आहे. त्याने अनेक वाड्या जाळल्या. नंतर हे पोर्तुगिजांच्या लक्षात आले. संभाजीराजांच्या लोकांशी त्याची लढाई झाली. त्यात त्याची सरशी झाली पण सत्यासत्यता समजत नाही. जर तो इथे राहणार असेल तर त्याला रसद पुरवावी लागेल.' २४ फेब्रुवारीच्या पत्रातून ते परत लिहितात. या पत्रावरून हे लक्षात येते की, इंग्रजसुद्धा औरंगजेबाशी कशी सलगी करत होते.

'........ हसन अलीखानाने कोकण जिंकण्याचा शिकस्तीने प्रयत्न केला. पण त्यात त्याला फारसे यश आले नाही. त्यानंतर रणमस्तखान यास बादशहाने या कोकण मोहिमेसाठी बोलावून घेतले. तो ४ नोव्हेंबर, १६८२ च्या सुमाराला तळकोकणात येऊन

पोहोचला. रुहुल्लाखानाने कल्याण-भिवंडीच्या कोटाची दुरुस्ती करून तेथे पक्के ठाणे उभारले होते. रूपाजी भोसले, केशोपंत निळोपंत पेशवे त्याच्याशी निकराने सामना देत होते. कल्याण-भिवंडीकडील मोगलांची रसद मराठ्यांनी अडवून ठेवली. रसद बंद होण्याच्या मार्गावर होती. बहादूरखानाच्या मदतीसाठी रुहुल्लाखान आणि कासीमखान वाटेच्या तोंडाशी आपली फौज घेऊन आले.(३)

हंबीरराव मोहिते दिनांक १७ मार्च, १६८३ च्या सुमारास दहा हजार पायदळ आणि २० हजार स्वार घेऊन मोगलांशी सामना करण्यासाठी कल्याण-भिवंडीत उतरले. बहादूरखानाच्या सेवेतील पद्‌मसिंह, रतन राठोडचा मुलगा रामसिंह वगैरे राजपूत सरदार त्यांच्यावर चालून गेले. त्यात पद्‌मसिंह मेला. रामसिंह आजारी होता. तो चिलखत घालून लढाईत उतरला. आजारी असल्यामुळे तो टिकू शकला नाही. मणकोजी, हरसिंह बुंदेला वगैरे लोक कामी आले. रुहुल्लाखानाला मराठ्यांची लढण्याची पद्धत माहीत नव्हती. त्याने ती माहीत करून घेतली. ३१ मार्चला तो बहादूरखानाला मिळाला. त्याच्याजवळ भरपूर सैन्य होते. त्याने मराठ्यांवर हल्ला केला. त्यांना २० मैलांपर्यंत (सु. ३२ कि.मी.) पळविले. दोन-तीन खेडी जाळली. हंबीररावांना बाणाची जखम झाली. अखबारमध्ये "हंबीररावाला बाण लागून जखम झाली. त्याच्या बायकोचा भाऊ व तीन सरदार मारले गेले. आम्ही काही कोस पाठलाग केला. तसेच बरेच बादशाही लोक कामी आले व जखमी झाले. त्यांचा पराजय झाला." असे लिहिले आहे.(४)

वरील अखबारातील नोंदीनुसार हंबीररावांचा मेव्हणा या लढाईत कामी आलेला दिसतो. तसेच रूपाजी भोसले व मानाजी मोरे हे मराठ्यांचे सरदार मेल्याची बातमी बादशहाने रुहुल्लाखानाला कळविली ती मात्र खोटी आहे. कारण या सरदारांनी पुढे बराच पराक्रम केला. या लढाईत कामी आलेल्या मोगल व राजपूत सरदारांची हातभर यादी दिली आहे. पद्‌मसिंह हा १५०० जात व १००० स्वार असा मनसबदार होता. त्यास पस्तीस जखमा झाल्या. त्याच्या कामगिरीबद्दल बादशहाने शेरा दिला, 'पद्‌मसिंहाच्या निकमहलालीबद्दल वाहवा. हेच करावयाचे ठिकाण होते. बादशहा त्यांच्या मुलावर कृपा करू इच्छितात. इहतीमामास हुकूम झाला की, त्याच्या बायकांना सती जावयाचे असल्यास त्यांना अडथळा करू नये, त्यांना अधिकार आहे.'(५) अखबारातील वरील शेऱ्यावरून असे लक्षात येते की, आपल्या सैन्यातील राजपुतांच्या पारंपरिक चालीरीतींविषयी औरंगजेबास सहानुभूती असावी.

यानंतर दिनांक ३ एप्रिल, १६८३ च्या अखबारावरून समजते की, रुहुल्लाखानाला दक्षिणी लोकांच्या गनिमी काव्याची माहिती नव्हती. त्यामुळे रुहुल्लाखान, रणमस्तखान, बहादूरखान या तिन्ही खानांचा मराठ्यांच्या गनिमी काव्यापुढे टिकाव लागला नाही आणि या कल्याण-भिवंडी मोहिमेत औरंगजेबाच्या अत्यंत कसलेल्या सेनापतींना आमचे

सरसेनापती हंबीरराव मोहिते यांनी पाणी पाजले. या विजयाच्या खालील नोंदी पाहा –

जेधे शकावलीतील या विजयाची नोंद – शके १६०५ रुधिरोद्गारी संवत्सरे चैत्र मासी रोहिलाखान कोलवणातून (कोळवण) उतरोन रणमस्तखान घाटावरी घेऊन गेला. येतेवेळेस रूपाजी भोसले यासी तिटोलियाजवळ (टिटवाळ) लढाई केली. पद्मसिंह रजपूत घेतला. युद्धप्रसंग होऊन पद्मसिंह व कित्येक थोर थोर लोक मारिले.[६]

मराठी साम्राज्याच्या छोट्या बखरीत या बाबतीत उल्लेख आहे – "तो रणमस्तखान मन्सबदार पादशहाकडील फौजेनिशी कल्याणास आला. त्यावर संभाजीराजे फौज सरंजामनिशी गेले. मुकाबला लढाईचा झाला. मोगलांचे लष्करात दाणा न मिळे. राजाचे फौजेत आरमारावरून भरती सामान पुरविले. युद्ध भारी झाले. रणमस्तखान बहुत जेर केला. मोगलाचे कटकास धरून मोर्चे लावले. त्याजवर रुहुल्लाखान धावून येऊन रणमस्तखान बाजूला काढू गेला. रणमस्तखानाने बहुत युद्ध केले. महाराज रायगडास आले."[७]

मल्हार रामराव चिटणीस बखरीतील नोंद – "रणमस्तखान कल्याणप्रांती येऊन उपद्रव केला. हे वर्तमान महाराजांस कळल्यावर रायगडाहून निघोन फौजसुद्धा कल्याणास गेले. रणमस्तखान यांसी युद्ध देऊन रसबंदी (करून) व काही जोर मारून जेर केले असता याकूदखान जंजिऱ्याहून कुमकेस गेले. त्यानी जहाजातून उतरून मधी मोरचे देऊन रणमस्तखान यास रसद पोचवणे वगैरे पुरावा केला. तो घाटावर रोहिलाखान होते. त्यास कळल्यावर तेही कुमकेस येऊन रणमस्तखान यास निभावून घेऊन घाट चढून गेले. महाराज माघारे रायगडास आले.[८]

मराठ्यांच्या गनिमी काव्यापुढे मोगली सैन्याचा टिकाव लागत नव्हता. शेवटी रुहुल्लाखानाला बादशहाने नाशिकला पाठविले.

एप्रिल १६८३ मध्ये बख्शी रुहुल्लाखान हा कोकणच्या मोहिमेवरून परत आला. त्याला खिल्लतीची वस्त्रे, रत्नजडित खंजीर आणि एक अरबी घोडा या वस्तू देण्यात आल्या. त्याचा भाऊ अजीजुल्लाखान, नवाजिशखान रुमी आणि इकरामखान दखनी यांना प्रत्येकी खिल्लतीची वस्त्रे आणि एक हत्तीही देण्यात आला.[९]

२४ एप्रिल, १६८३ च्या सुरतकरांनी लंडनला लिहिलेल्या पत्रातून बादशहाने भिवंडीची सेना काढून घेतली असा उल्लेख सापडतो.[१०] अशा तऱ्हेने कल्याण–भिवंडीच्या मोहिमेत संभाजीराजांनी बादशहास मराठी बाण्याचे दर्शन घडविले आणि बादशहाची ही मोहीम चुरगाळून टाकली.

अशा तऱ्हेने कल्याण–भिवंडीच्या मोहिमेचे वृत्त लंडनपर्यंत पोचले आणि हंबीररावांचा पराक्रमसुद्धा लंडनच्या दप्तरात नोंदला गेला.

याच सुमारास जंजिरेकर सिद्दी याच्याशी संभाजीराजांचे सैन्य लढत होते.

संदर्भटिपा

१. ऐ.फा.सा., खंड ६, अखबार २६३, पृ. १४९

२. 'मराठे व औरंगजेब', पृ. २१

३. ज्वलज्ज्वलनतेजस संभाजीराजा, पृ. १८३, २०६

४. ऐ.फा.सा., खंड ६, अखबार ४४८, पृ. २७९

५. तत्रैव, अखबार ४६२, पृ. २९२

६. जेधे शकावली

७. म.रा.धो.ब.

८. म.रा.चि.ब.

९. 'मराठे आणि औरंगजेब,' पृ. २५

१०. ज्वलज्ज्वलनतेजस संभाजीराजा, पृ. २०९

१३. रामसेजचा वेढा व हंबीरराव मोहिते

रामसेजसारखा समुद्रसपाटीपासून अवघ्या पंधराशे फूट (सु. ५०० मी.) उंचीवरील एक छोटा किल्ला जिंकावा असे ठरवून औरंगजेबाने आपला सेनापती शहाबुद्दीनखान (निजाममुल्काचा बाप) यास रामसेजच्या वेढ्याच्या कामी नियुक्त केले. त्याच्याबरोबर दलपत व इतर सरदार देण्यात आले (मराठे व औरंगजेब, पृ.२६). शहाबुद्दीखानने रामसेजला वेढा दिला. या वेढ्यात राजपूत सरदार शुभकरण बुंदेला, त्याचा मुलगा रतनसिंग आणि दलपत बुंदेला हेपण होते. रामसेजवर मराठ्यांची शिबंदी चारपाचशेच्या वर नव्हती. मात्र किल्लेदार अनुभवी, बेडर व वीर वृत्तीचा होता. राजपूत सरदारांनी किल्ला शर्थीने लढविला. शहाबुद्दीनखानाच्या मदतीस आलेल्या कासीमखानाकडून शहाबुद्दीनखानाने लाकडी दमदमे करून घेतले. त्यांवरून तोफांचा मारा केला तरीसुद्धा मराठे अतिशय हुशारीने लढत होते. रामसेजच्या किल्लेदाराला रसदसुद्धा वेळेवर पोहोचविली जात होती. शरीफखान नावाचा मोगली अधिकारी सैन्याची रसद घेऊन चालला असता १५ मे, १६८२ रोजी मराठ्यांनी त्याला गाठले. सात हजार मराठे सैन्य शरीफखानावर तुटून पडले. जाहीरखान, फैजुल्लाखान आणि इतर अनेक सरदार प्राणास मुकले. मुहम्मद शरीफ जखमी झाला. औरंगजेबाला हे समजल्यावर तो म्हणाला, "मी तुम्हाला सांगतच होतो. मराठे थांबून थांबून हल्ला करतात. तरी सावध राहावे !" मराठ्यांचे पाच-सहाशे लोक मेले, दोन हजार लोक जखमी झाले. शरीफने मोगलांना जय मिळाल्याचे कळविले. एप्रिल ते जूनअखेर रामसेजचा संग्राम चालूच होता. शहाबुद्दीखानाच्या मदतीसाठी औरंगजेबाने खानजहान, बहादूरखान कोकलताश यास पेडगावहून बोलावून घेतले आणि रामसेजकडे पाठविले.

शहाबुद्दीनखान प्रयत्नांची पराकाष्ठा करीत होता. त्याने गडाच्या बुरुजाजवळच्या दरवाजावर मारा केला आणि त्याबरोबर किल्ल्याच्या बुरुजाची भिंत पडली. बाण टाकून किल्ल्यात जावे असे ठरवून रात्रीच्या वेळी पाच-सहाशे लोकांसह हल्ला केला. खंजरखानाच्या भाऊबंदांपैकी काही लोक किल्ल्याच्या दरवाजापाशी पोहोचले आणि मोठ्याने ओरडले, 'बेलदाराने यावे.' त्या आवाजाने मराठे जागे झाले आणि दगड व बंदुकांनी त्यांनी मारा केला. रूपाजी भोसले करणसिंहबरोबर लढत होता. लाकडी बुरुजांवरून गोळ्यांचा मारा चालू झाला. परंतु काही उपयोग झाला नाही. शहाबुद्दीनखान हा कसलेला सेनापती होता. पण मराठ्यांचा किल्लेदार हा त्याच्यापेक्षाही मातब्बर होता.

त्याच्या प्रयत्नांमुळे आणि सावधगिरीमुळे मोगली फौजेचे काही चालेना. किल्ल्यात लोखंडी तोफा नव्हत्या पण बरेच कातडे होते. किल्ल्यातील लोकांनी लाकडाच्या तोफा बनविल्या. त्यात कातडे भरून ते तोफ उडवीत. नंतर बादशहाने शहाबुद्दीनखानाला परत बोलावले आणि त्या जागी खानजहान बहादूर कोकलताश यास किल्ला घेण्यास पाठविले. पण किल्ल्याच्या वेढ्यात शिपाईगिरीची शर्थ झाली. हे सर्व वर्णन औरंगजेबाच्या खाफीखान नावाच्या एक इतिहासकाराने 'आँखोदेखा हाल' या पद्धतीने केले आहे. कारण तो त्यावेळी मोगली फौजेत प्रत्यक्ष उपस्थित होता. तो म्हणतो, 'मी जर तपशिलवार वर्णन केले नाही तर ती अतिशयोक्ती वाटेल. पण काम काही पार पडले नाही.'

पुढे बहादुरखानाने रामसेजचा वेढा बरेच दिवस चालविला, पण तोही या कामी अयशस्वी झाला. रामसेज किल्ला पूर्वी शाहजहानने घेतला होता. तेथे मोगली अंमल होता. त्यानंतर दक्षिणेतील बरेच किल्ले बादशाही अमलाखाली होते. नंतर तो मराठ्यांच्या ताब्यात आला. त्यामुळे रामसेज किल्ला दक्षिणेत उतरल्यावर प्रथम घ्यावा असे औरंगजेबाचे स्वप्न होते, ते धुळीला मिळाले. एका सामान्य किल्ल्याच्या वेढ्यासाठी मातब्बर सेनानी, प्रचंड सैन्यदल, खजिना, दारुगोळा यांची यत्किंचितही कमतरता नसताना ही हा किल्ला घेणे कठीण झाले. ४ ऑक्टोबर, १६८२ च्या अखबारतून मुहम्मद अलीखानास हुकूम झाला की, पाचशे मण बाण, पाचशे मण दारू शियाबुद्दीनच्या फौजेस द्यावी. यावरून हे लक्षात येते की एक सामान्य किल्ला घेण्यासाठी किती दारुगोळा लागतो. या कामासाठी दोन वर्षांत रोख व जिन्नस मिळून ३७,६३० रुपये मोगलांनी खर्च केले.

हंबीरराव मोहिते यांच्या नेतृत्वाखाली मराठी सेनेने औरंगजेबाच्या तीन मातब्बर सेनापतींशी यशस्वी सामना दिला.

एक शाहजादा व दोन सेनापती पळाले

भीमा नदीपासून साधारणपणे १३० कि.मी. च्या परिसरामध्ये कुलीजखानाच्या नेतृत्वाखाली मोगलांचे सरफराजखान, येलबर्गखान, कमालौद्दीनखान व एक राजपूत सरदार किशोरसिंह हाडा वगैरे सात हजार सैन्यासह मराठ्यांवर स्वारी करण्यास सोलापूर जिल्ह्यातील सांगोला तालुक्यातील खवासपूर या ठिकाणी आले. संभाजीराजांचे वीस हजार स्वार व प्यादे यांस हंबीरराव व विठोजी हे त्यांच्याशी स्वारी करण्यास सिद्ध झाले. मराठ्यांनी हल्ला केला आणि मराठे डोंगरात लपून बसले. अखबारामध्ये मात्र 'बादशाही फत्ते झाली. मराठ्यांचा पराभव झाला' वगैरे लिहिले आहे. ते मात्र खोटे असावे. कसे ते पाहा – कुलीजखानाने गुजरास अर्ज पाठविला. त्यात लिहिले आहे की, ''शत्रुच्या

जमेतीस उत्तम तंबी देऊन बादशाही सुदैवाने मोठा विजय मिळविला. शत्रूचे लोक इतके मारले की, शबेहुनूदप्रमाणे तो दिवस उजाडला. बादशाही चाकर कृपेचीच आशा करीत आहे.'' यावर औरंगजेबाने म्हटले आहे की, ''माझा विश्वास बसत नाही, शत्रुच्या लोकांना जर मारले तर बादशाही लोक कामास कसे आले. शिवाय तो मुहम्मद आजमशहाकडे का परत आला. अर्ज केला की, तो चाकर खोटे बोलणार नाही.......'' असे सांगूनसुद्धा बादशहाचा त्यावर विश्वास बसला नाही. त्याने अर्जाची छाननी करून व अनुपसिंहाने लुतफुल्लाखानाला लिहिलेल्या पत्रावरून अर्ज करावा असा शेरा मारला. औरंगजेबाला या विजयाची खात्री मुळीच वाटली नाही. मराठ्यांचा सेनापती हंबीरराव किती लष्करी ताकदीचा माणूस आहे याची त्याला निश्चित माहिती असली पाहिजे.[१]

यानंतर मराठ्यांचा तळ असलेल्या ठिकाणी मुहम्मद आजमशहाच्या आज्ञेने हसनअलीखान, कुलीजखान वगैरेंनी मराठी सेनेबरोबर सामना दिला. त्यानंतर २० नोव्हेंबर, १६८२ च्या सुमाराला मुहम्मद आजम हा कोल्हापूरच्या बाजूस पन्हाळ्याकडे होता. त्याच्या अलीकडे १०-१२ मैलांवर (सु. १६-१९ कि.मी.) तो पोहोचला असावा. हंबीरराव मोहित्यांच्या २०००० फौजेपैकी ५००० स्वारांनी त्याच्या डेऱ्याच्या पिछाडीवर हल्ला करण्याचा बेत ठरविला. म्हणून शाहजाद्याने फिरोजखान आणि अनुपसिंह वगैरेंना फौजेसह डेऱ्याच्या पिछाडीवर ठेवले. मराठ्यांबरोबर समोरासमोर लढाई झाली. फिरोजखान जखमी झाला. कुलीजखानानेपण बरेच कष्ट घेतले. बहुतेक मोगली सैन्य कामी आले.[२]

कुलीजखान जखमी

२५ डिसेंबर, १६८२ च्या सुमारास हंबीरराव १५००० सैन्यासह मोगली मुलखात शिरले. त्यांचा कुलीजखान, हसनअलीखान, राव अनुपसिंह, अनिरुद्ध हाडा व सरफराजखान यांच्याशी जो सामना झाला त्याची हकिकत शहाजादा आजम याने बादशहास कळविली. त्यात तो लिहितो, 'मराठ्यांच्या ८०० लोकांना मारले व ७०० लोकांना जिवंत पकडले. त्यांची छत्री, निशाण, बंदुका वगैरे हाती लागले. बहुतेक बादशाही लोक कामास आले व जखमी झाले. कुलीजखानास बंदुकीची जखम झाली. मोठा विजय प्राप्त झाला, बादशाही लोकांनी अत्यंत कष्ट घेतले. त्याचा तपशील दिला आहे. विचार व्हावा, बादशहाने अर्ज पाहिल्यावर शाहआलम म्हणजे त्याचा मोठा मुलगा मुअज्जम यास तो अर्ज पाहावयास दिला व रुहुल्लाखानाला हुकूम केला की, प्रत्येकाने केलेल्या प्रयत्नांची हकिकत लिहून मला दाखवावी. एक लक्ष रुपये शाहजाद्यास बक्षिस म्हणून वेगळे ठेवावे.[३]

वरील हकिकतीत बहुतेक बादशाही लोक कामी आले असे म्हटले आहे. याचा अर्थ असा होतो की, मोगली सैन्याचा सपशेल पराभव झाला आणि शाहजाद्यास बक्षिसाची रक्कम काढून ठेवावी म्हणजे त्याने काही पराक्रम केला असेल, तर त्याची स्वतंत्र माहिती समजल्यावर ती दिली जाईल असा होतो.

शाहजादा आजमला भीमेच्या पलीकडे लाविले

शहाजादा आजमचे दोन सेनापती जखमी झाले आणि त्याचे बहुतेक लोक कामी आले. असे कळविल्यानंतरसुद्धा त्याची खुमखुमी जिरली नव्हती. हंबीररावांशी आपण परत सामना द्यावा आणि त्याचा पराभव करून आपल्या बापाने आपल्या बक्षिसासाठी काढून ठेवलेली एक लक्ष रुपयांची रक्कम प्राप्त करावी यासाठी तो कोल्हापूर-पन्हाळा भागात घिरट्या घालीत होता. हंबीररावांना हे समजताच हंबीररावांनी त्याला गाठले. आणि त्याच्या सैन्याचा पाठलाग करून त्याला भीमा नदीच्या पलीकडे पळवून लावले. याची जेधे शकावलीत अशी नोंद आहे की, 'शके १६०४ दुदुंभी नाम संवत्सरे माघमासी सुलतान अजमशहा येवून कोल्हापुरापावेतो धाविला. त्यास हंबीररायाने फिरावून भवरेपलीकडे लावले.'(४) या घटनेची नोंद औरंगजेब दरबारच्या अखबारात नसली तरी १९ जानेवारी १६८३ च्या अखबारातून शहाजादा आजम हा कोठे होता हे समजते. त्याने डाकचौकीने पाठविलेल्या अर्जात असे लिहिले आहे की, 'मी हुकमाप्रमाणे माणिकघाटी उतरून इकडे आलो. टेंभुर्णीमार्गे पेडगावास येऊ इच्छितो.'

टेंभुर्णी हे ठिकाण भीमा नदीच्या पलीकडे असून पुढे पेडगाव - बहादुरगड येथे मोगली ठाणे होते. त्यामुळे तो तिकडे पळाल्याचे लक्षात येते.(५) अशा तऱ्हेने हंबीररावांच्या सेनेने दोन सेनापती जखमी केले. (कुलीजखान, फिरोजखान आणि एका शाहजाद्यास पळावयास लावले. शहाजादा आजम)

औरंगजेब हताश झाला

इ.स. १६८२ मध्ये संभाजीराजांचे सरसेनापती हंबीरराव मोहिते हे मोगलांच्या सैन्याची ससेहोलपट करीत होते. प्रत्येक ठिकाणी मोगलांचे बहुतेक लोक कामास येत होते. चौथाई वसूल करण्यासाठी मोगली प्रदेशावर मराठे झडप घालीत होते, तर मराठ्यांची ठाणी काबीज करण्यासाठी मोगली सैन्य निकराचे प्रयत्न करीत होते. औरंगजेबाच्या अवाढव्य आक्रमणाला तोंड देणे हे अतिशय कठीण काम होते. १६८२ हे साल मराठी सैन्याचे अविश्रांत श्रमाचे वर्ष होते ! संभाजीराजे व त्यांचे सरलष्कर हंबीरराव मोहिते यांची समशेर

सगळीकडे सळसळत होती.

तेज तेज अन तेज घेऊनी, सौदामिनी ती लखलखली।
त्या चपलेचे तेज घेऊनी, वीरश्री तव धगधगली।।
त्या बिजलीचा लोळ दिसावा, महाराष्ट्राच्या भूमीत।
सळसळते समशेर शंभुची, महाराष्ट्राच्या भूमीत।।

आज संभाजीराजांची आणि सेनापती हंबीररावांची झुंज, झुंज अन् झुंज मराठी मुलखात हैदोस घालणाऱ्या मोगली हशमांची मुंडकी कापीत होती आणि मोगलांच्या सेनापतींची मुंडकी खाली वाकवीत होती. बादशहाचे दोन्ही शाहजादे मुअज्जम आणि आजम हे रक्ताचे पाणी करीत होते. तर तिसरा शाहजादा अकबर हा संभाजीराजांच्या म्यानात अडकला होता ! खानजहान बहादूरखान याने छत्रपती शिवाजीराजांच्या पराक्रमाची प्रभा पाहून डोळे पांढरे केले होते. आता संभाजीराजांपुढे त्याने हात टेकले. रुहुल्लाखान, शहाबुद्दीनखान, बहादुरखान, रणमस्तखान या साऱ्यांना संभाजीराजांनी आणि हंबीररावांनी चक्रावून सोडले. तर खुद्द आलमगीर बादशहा वेडापिसा झाला. त्याची मन:स्थिती अतिशय बैचेन झाली. संभाजीराजांवर तो अतिशय चिडला. ३० जुलै १६८२ च्या पत्रातून कारवारकर इंग्रज सुरतकरांना लिहितात,

'मोगल बादशहा संभाजीविरुद्ध इतका चिडला आहे की, त्याने आपल्या डोक्याची पगडी (किमॉश) खाली उतरली आणि शपथ घेतली की, त्याला मारल्याशिवाय किंवा राज्यातून हाकलून दिल्याशिवाय मी ती डोक्यावर घालणार नाही.' अशी त्याने प्रतिज्ञा केली आहे.

औरंगजेबाला दक्षिणेत येऊन दीड वर्षे झाली. प्रचंड सेनादल, भक्कम दारुगोळा, कसलेले सेनानी, आपले शाहजादे आणि अमाप संपत्ती खर्चूनसुद्धा आपल्या डोक्यावरचे किमॉश खाली टाकावयास लावून बोडके व्हावे लागले यातच संभाजीराजांच्या मराठी सेनेच्या व याच सुमारास छ. संभाजीराजांनी रामसिंहांना पत्र लिहून दिल्लीच्या बादशाहीला फोडण्याचा, यवनाधिपतीला कारावासात डांबण्याचा महामनसुबा रचला व आपल्या वडिलांच्या 'दिल्लींद्रपदलिप्सव:' या मनसुब्याची आठवण करून दिली. अंबरचा राजा मिर्झा राजा जयसिंग याचा मुलगा रामसिंह हा आगऱ्याच्या भेटीच्या वेळी शिवाजीमहाराजांचा रक्षक होता. औरंगजेबास जामीन राहून त्याने शिवाजीराजांचे आणि बालसंभाजी राजांचे संरक्षण केले होते. आज संभाजीराजे त्या औरंगजेबी अवाढव्य

सेनेशी सामना देत होते.

विघ्नांच्या उठिल्या फौजा। भीम त्यावरी लोटला ।
भर्डिली चिर्डिली रागे। रडविली बडविलि बळें ।।

– समर्थ रामदास (आनंदवनभूवनी)

याप्रमाणे दुंदुभीनाम संवत्सरात संभाजीराजांच्या पराक्रमाची दुंदुभी अवघ्या महाराष्ट्रात गाजत होती. साहस, शौर्य, कर्तृत्वावरील दृढ विश्वास आणि मनाची उत्तुंग झेप या गुणांचा प्रत्यय त्यांनी रामसिंहांना पाठविलेल्या पत्रातून आल्यावाचून राहत नाही. या उत्तुंग झेपेमागे आपल्या सेनादलाच्या आणि आपल्या सेनापतींच्या कर्तृत्वावरपण विश्वास दिसून येतो. रामसिंहाने या पत्राची दखल घेतल्याचे दिसत नाही. या पत्राप्रमाणे उत्तरेकडे एक प्रचंड मोहीम आकारली गेली असती तर त्याचे सरसेनापतिपद हंबीररावांनाच मिळाले असते आणि संभाजीराजांच्या उत्तुंग झेपेबरोबरच हंबीररावपण दिल्लीपतीवर झेपावले असते आणि दिल्लीपतीला कैद करून कारावासात डांबण्याचे भाग्य हंबीरराव मोहित्यांना लाभले असते. पण रामसिंहाने प्रतिसाद न दिल्यामुळे हे घडले नाही हे महाराष्ट्राचे दुर्दैव !

बादशहा दिल्लीस जाण्याच्या विचारात

२६ जानेवारी, १६८३ चे पत्रात सुरतकर मुंबईकरांना लिहितात, 'जमिनीवरून बादशहा मोठ्या सैन्यानीशी संभाजीवर मोठ्या जोराने चढाई करीत आहे आणि समुद्रमार्गाने या भागात कुणी पाहिले नाही इतके मोठे आरमारही त्याच्या मुलखावर झडप घालीत आहे. परंतु संभाजी मोगलांना फार जड जाईल यात शंका नाही.' या पत्रावरून मराठे सैन्य औरंगजेबाशी किती निकराने लढत होते हे सिद्ध होते.

१९-६८-३ चे सुरतकरांच्या पत्रातून बादशहाची मन:स्थिती किती विचलित झाली होती हे लक्षात येते.

'मोगल (बादशहा) अद्यापी येथून हालला नाही. परंतु वदंता अशी आहे की, तो दिल्लीस जाण्याच्या विचारात आहे व संभाजीराजांवरील लढाईची सूत्रे आपल्या अधिकाऱ्यांकडे सोपविणार आहे. तो अतिशय चिडखोर झाला आहे, त्याच्या मनाची अस्थिरता अतिशय वाढत आहे, त्यामुळे त्याचे सरदार त्याच्यावर नाराज आहेत. जर त्याचे आयुष्य लवकर संपले नाही तर ते त्याला फार दिवस जगू देणार नाहीत. आम्हाला मात्र भीतिदायक वातावरणात राहावे लागत आहे. बहुतेक सर्वांच्या सदिच्छा अकबराकडे

आहेत. तो फार प्रयासाविना तख्तावर येऊन स्थिरस्थावर करील असा लोकांचा समज झाला आहे.'

यातील अकबराबाबतचा मजकूर सत्य नाही. अकबराबद्दल मोगलांना सदिच्छा असती तर त्यास अनेक मोगल सरदार मिळाले असते पण तसे एकही उदाहरण नाही. मात्र औरंगजेबास मराठे सैन्याने हैराण केले होते हे खरे आहे.

इ.स. १६८३ मधील मराठ्यांच्या मोगली प्रदेशात व मोगलांच्या मराठी प्रदेशात वरीलप्रमाणे (उपलब्ध कागदपत्रांनुसार) हालचाली चालू असल्याचे समजते. मराठे सैन्य मरत होते आणि त्यापेक्षा बादशाही सैन्य जास्त मरत होते. हे वरील बाबींवरून लक्षात येते. पण बादशाही सैन्य प्रचंड असल्यामुळे बहुतेक कामास आले असे बऱ्याच लढायांत दिसले तरी, पुन्हा तितकेच लोक तेथे नेमले जात. त्यामुळे त्यांची शक्ती जरा क्षीण होत चालली होती आणि यामुळे फितुरीस सुरुवात झाली होती. याच सुमारास ११ मार्च, १६८३ या दिवशी हुसेन मियाना हा आदिलशाही सरदार मोगलांकडे फितुर झाला.[१] या हुसेन मियान्याला हंबीररावांनी हरविले होते. औरंगजेबाचे अधिकारी मराठ्यांना जहागिरीची, मनसबदारीची आमिषे दाखवित होते आणि त्यांच्या सैन्यशक्तीचे ते प्रदर्शन करीत असल्यामुळे बरेच लोक फितूर होऊ लागले. मराठा अधिकाऱ्यांना वतन, जहागिरी ही जास्त प्रिय होती. 'श्रीं' चे राज्यापेक्षा त्यांचे स्वत:च्या वतनावर जास्त प्रेम होते हा आपल्या महाराष्ट्रदेशीयांचा कटू इतिहास आहे.

मराठी राज्याच्या कान्याकोपऱ्यांत चालू असलेल्या मोगलांच्या धुमाकुळाला हंबीरराव मोहित्यांच्या नेतृत्वाखाली मराठी सैन्य चिवटपणे तोंड देत होते. त्यांच्या प्रदेशात धुमाकूळ घालून जेरीस आणत होते. जिवात जीव असेपर्यंत लढत होते. इकडे त्या लढाया चालू होत्या, तर संभाजीराजे पोर्तुगिजांचे पारिपत्य करण्याच्या कामी गोव्यात गुंतले होते.

सारी मराठी प्रजा, सारी मराठी सेना, सारा महाराष्ट्र देश ही औरंगजेबाच्या अवाढव्य आक्रमणास सावधपणे तोंड देण्याच्या कार्यात एकरूप झाली होती.

संदर्भटिपा

१. ए.फा.सा., खं. ६, अखबार ३५४, पृ. २०७-२०९
२. मोगल दरबाराचें बातमीपत्र
३. ऐ.फा.सा., खंड ६, अखबार ३९७, पृ. २४२-२४३
४. जेधे शकावली
५. ऐ.फा.सा., खंड ६, अखबार २९४, पृ. २५५
६. 'मराठे व औरंगजेब,' पृ. २४

१४. औरंगजेबाची और चाल

इ.स. १६८४ मध्ये पोर्तुगीज आणि इंग्रज यांच्याबरोबर संभाजीराजांनी तह केले. पोर्तुगिजांची ताकद कमी झाली. ते शांत झाले. इंग्रज मराठ्यांना ओळखून होते आणि त्यांना आपले बस्तान मराठ्यांच्या प्रदेशात बसवायचे असल्याने त्यांनी संभाजीराजांशी तह केला. त्यामुळे सिद्दीला मुंबईचा आसरा बंद झाला. सिद्दी सुरतकडे वळला. पण मुख्य शत्रू औरंगजेब भरगच्च खजिन्याच्या, अफाट सेनादलाच्या आणि फितुरीच्या जादूच्या जिवावर मराठ्यांवर चौफेर मारा करीत होता. तरीसुद्धा मराठे जिद्दीने आणि चिवटपणे झुंजत होते. पण आता सैन्याचे मनोधैर्य खचू लागले होते. खजिना रिकामा होऊ लागला होता. शेकडो सैनिकांना वीरगती प्राप्त झाली होती. रायगडावर कुलअखत्यार कवि कलशाचा प्रभाव वाढला होता. प्रधान आणि सरकारकुनांची कोंडी होत होती. औरंगजेबापुढे संभाजीराजे आणि शहाजादा मुहंमद अकबर यांनी पाठविलेला तहाचा प्रस्ताव औरंगजेबाने फेटाळून लावला होता आणि 'मराठ्यांशी आता तह तलवारीनेच होईल,' असे बजावले होते. रायगडावरील आणखी दोन बहू मोलाचे मुत्सद्दी आणि मानाजी मोऱ्यांसारखा खंदा वीर गजाआड गेला होता. त्यामुळे सैन्यामध्ये नाराजी पसरली होती. राहूजी सोमनाथ, प्रल्हाद निराजी, वासुदेव जनार्दन, गंगाधरपंतांसारख्या स्वराज्यनिष्ठ, स्वामिनिष्ठ जाणत्या कारभाऱ्यांची कारागृहात रवानगी झाल्यामुळे लष्कर आणि रयत यांच्या मनात काही वेगळे पडसाद उठू लागले असल्यास नवल नाही !

याचाच परिणाम म्हणून सैनिकांची निष्ठा विचलित होऊ लागली आणि औरंगजेबाच्या आमिषाला त्यांची मने बळी पडू लागली. पाण्याचा तुंब फुटू लागला, बादशहाच्या दारात फितुरांचा लोट वाहू लागला. स्वामींनी ज्या कारकुनांना स्वराज्यद्रोही ठरविले, यमसदनास पाठविले, कारावासात डांबले त्यांनी मात्र आपली स्वामिनिष्ठा, स्वराज्यावरील अढळ प्रेम, छत्रपतींवरील माया यांचा सौदा केला नाही. ते अचल राहिले !

बादशहा औरंगजेब मराठ्यांचा समूळ मोड करण्यासाठी असमर्थ ठरला होता. त्याला कोठेही निर्णायक विजयाची आशा दिसत नव्हती. स्वत: अत्यंत संयमाने आणि सावधपणे वागूनसुद्धा त्याची मनोवृत्ती विचलित झाली. इतक्या चिवटपणे झुंज देणारा मराठी सैनिक आपल्या राष्ट्रावर, धर्मावर, आपल्या तत्त्वावर, स्वामींवर अक्षय प्रेम करणारा मरहठ्ठा वीर ! तरीसुद्‍धा त्याचा जोर कमी का व्हावा ? कुठेतरी काहीतरी गफलत होती. राजरथ रस्ता चुकत होता !

याउलट औरंगजेबाने पुन्हा कंबर बांधली होती. धूर्तपणाचा अग्रणी, राजकारणातील खाचाखोचांचा पक्का जाणकार असा औरंगजेब हे जाणून होता की, विजापूरकरांचा आणि गोवळकोंडेकरांचा स्नेह संभाजीच्या वडिलांनीच राखला आहे. ही तिन्ही राज्ये जिंकणे सोपे काम नाही, त्यासाठी सर्वशक्तिनिशी दक्षिणेत उतरणेच रास्त होईल. संभाजीराजांस जिंकणे आणि अकबरास कैद करणे किंवा मारणे हा त्याचा एक हेतू होताच, तरी त्याच्या नजरेतून विजापूर व गोवळकोंडा ही राज्ये सुटली नव्हती. मराठ्यांची हिंदुपदपातशाही, गोवळकोंड्याची कुतुबशाही, विजापूरची आदिलशाही हा प्रेमाचा त्रिकोण त्याच्या ध्यानात आला होता.

हे धूर्तपणाचीं कामें। राजकारण करावें नेमें।
ढिलेपणाचे संभ्रमें। जाऊंच नेदी।।

– समर्थ रामदास

ढिलेपणा औरंगजेबाच्या वृत्तीत नव्हता. स्वसंरक्षणासाठी काटेकोर जागरूकता त्याने अखेरपर्यंत बाळगली.

आता त्याने महाराष्ट्रात फितुरीचे अस्त्र बाहेर काढले. मराठी सैन्याचा लोंढा मनसबी आणि खिल्लती यांच्यासाठी त्याच्या दारात वाहू लागला आणि आपल्या सेनाधिकाऱ्यांना त्याने उत्तेजन दिले, आपल्या शाहजाद्यांना, सरदारांना खिल्लती आणि बक्षिसांची खैरात करून नाउमेद होण्यापासून प्रवृत्त केले !

मोगल सैन्याच्या हालचाली चौफेर वेगाने चालू झाल्या, तर मराठ्यांचे सैन्य मोगली ठाण्यांवर धडका मारू लागले. रात्री, बेरात्री अचानक हल्ला करणे ही त्यांची लढाईची पद्धत मोगली सैन्यास हैराण करून सोडीत होती.

इ.स. १६८५ – जानेवारीमधील मोगली सैन्याच्या हालचाली

डिसेंबर १६८४ मध्ये मोगलांनी कोथळगड जिंकला होता. तेथे मराठ्यांचे २ नोकर आणि ५० जनावरे कैद करून ठेवली होती. हैदरखानने त्यांना हलविले आणि तेथील फितूर झालेल्या काही मराठी सैनिकांपैकी रामाजी जमीनदार आणि गोविंदराव यांना खिल्लती, घोडे दिले. त्याच सुमारास कोथळगडच्या आसपास ७००० मराठी सैन्य जमले. रणमस्तखानाबरोबर चकमक झाली. दोन्ही बाजूचे अनेक लोक जखमी झाले व ठार झाले.(१)

पारनेर या नगर जिल्ह्यातील मोगली ठाण्यावर बरामंदखानावर मराठ्यांनी मध्यरात्री

अचानक हल्ला केला. बरामंदखानच्या २००० स्वारांबरोबर टक्कर झाली. शिवनेरजवळ व संगमनेरजवळ मराठी सैनिक फिरत असल्याची बातमी भगूरचा ठाणेदार गोविंदराव यांचेकडून समजल्याने मोगल सैन्याने मराठ्यांवर हल्ला केला. संगमनेर येथे मराठ्यांनी लूटमार करून काही माणसे आणि जनावरे ताब्यात घेतली.[२]

पुणे परिसरातील संघर्ष

पुणे, शिरवळ, नवलाख उंबरे येथे मराठी सैन्याबरोबर मोगल सैन्य झुंजत होते. १३ जानेवारी, १६८५ च्या सुमारास मराठ्यांचे १०,००० सैन्य पुण्याजवळ येऊन धडकले. पुण्याचा मोगली ठाणेदार रसदअंदाजखान लढण्यास तयार झाला. त्याच्याजवळ सैन्य कमी होते. त्याने बादशहास कळविल्यानंतर त्याला अतिशखानाबरोबर १४५५ स्वार, एक तलवार व २००० रुपये पाठविण्यात आले. त्याने मराठ्यांना प्रतिकार केला. त्याच वेळी शिरवळला असलेला मोगली ठाणेदार बरामंदखान हा तेथील बंदोबस्त करीत होता. तो कडक करण्यात आला. तेथील सैनिकांसाठी २००० बैलांवर धान्य लादून सरकारी गोदामांतून बादशहाने पाठविले होते. त्यापैकी ३०० बैल व धान्य मराठ्यांनी लुटले आणि ते सुप्याला पाठविले. बरामंदखानाला आपल्या ठाण्याची विशेष काळजी घेण्याबद्दल व मराठ्यांपासून जागृत राहण्याबद्दल सांगण्यात आले.

वरील घटनेवरून पुणे, शिरवळ, शिवापूर या भागांतील मराठे सैन्य मोगली सैन्यास किती हैराण करून सोडीत होते याची कल्पना येते. याच सुमारास साधारणपणे जानेवारी महिन्याच्या दुसऱ्या आठवड्यात नवलाख उंबरे येथे मराठे सैनिक जमा झाले. येथील ठाणेदार अब्दुल अझिजखान हा होता. त्याच्या मुलाने मराठ्यांशी सामना दिला. बरीच कापाकापी झाली. शाहआलम याने इज्जतखान व आपला मुलगा मुईझुद्दीन यांना त्यांच्या मदतीस पाठविले. बादशहाने सरकारी खजिन्यातून ५००० अशरफ्या पाठविल्या. तरीसुद्धा निर्णायक लढाई झाली नाही. या घटनेच्या दरम्यानच फलटणकर नाईक या संभाजीराजांच्या मातुल घराण्यातील बजाजींचे मुलगे मुधोजी वगैरे व इतर नातलग मोगली सेवेत दाखल झाले. तेथे जवळच मलठण येथे ७००० मराठ्यांनी मोगलांवर हल्ला केला. त्यांच्या प्रतिकारासाठी कडेनिमोण्याचा ठाणेदार खाजाहमीद याने बुणग्यांना पाठीमागे ठेवून प्रतिकार केला. मलठणचा फौजदार महंमद सुफी हैराण झाला. मराठे तेथून शिरूरला पळाले. शिक्रापूरचा मोगली ठाणेदार माणकोजी याचा भाऊ जिवाजी इतर लोकांबरोबर तेथे पोहोचला आणि कडेनिमोण्यास गेला. मराठ्यांच्या त्रासामुळे आपल्या गढीच्या भोवती सुरक्षिततेसाठी कोट बांधण्याची त्याने परवानगी मागितली. नाशिक भागात मराठी

सैन्याने रात्रीबेरात्री गस्त चालू ठेवली होती. कडेनिमोण्याचा अतिशखान व नवलाख उंबऱ्याचा खलील मुहंमद हे तिकडे गेले. मराठे त्याच वेळी हनुमंतगडाजवळ गडबड करीत होते. तेथील ठाणेदार आजारी होता. म्हणून इतरांनी मराठ्यांचा पाठलाग केला. मराठे तेथून थेट बागलाणात घुसले. खोजा अजीज नावाच्या सरदाराने त्यांचा पाठलाग केला. मराठे वऱ्हाड, खानदेशाकडे पळाले. मुहंमदखान व रसदअंदाजखान हे त्यांच्या पाठलागासाठी त्यांच्या मागे पळाले. मुल्हेर किल्ल्याजवळसुद्धा मराठ्यांनी परामंदखानाबरोबर सामना दिला.

फेब्रुवारी १६८५ मध्ये परत कडेनिमोणे भागात मराठ्यांनी धुडगूस चालू केला. तेथील ठाणेदाराजवळ शिबंदी कमी होती. मराठ्यांकडील बाबाजी हा १५० स्वारांसह त्याच्याकडे फितुर होण्यासाठी गेला. बादशहाने त्यास अधिक लोक दिले नाहीत.[३]

कडेनिमोण्यापासून १४ मैलांवरील (सु. २३ कि.मी.) भीमा नदीच्या काठावरील राहू या गावी मराठ्यांचे सैनिक मध्यरात्री फिरत होते. मरमहतखान त्यांच्या बंदोबस्तासाठी गेला. सरसगाव येथे १० फेब्रुवारी, १६८५ च्या सुमारास मराठ्यांचा सरदार खंडोजी याने वेढा घातला होता. कडेनिमोण्याच्या ठाणेदाराकडे त्यांना भीमा नदीपर्यंत हटविले. खाजा हमीदचा घोडा मेला. मराठ्यांनी मोगलांचे उंट पळविले. मोगलांनी ते परत मिळविले. त्याच सुमारास परिंड्याच्या परिसरात संभाजीराजांचे सैन्य धुमाकूळ घालीत होते. तसेच किल्ल्यातून उतरून आसपासच्या भागातही धुमाकूळ घालीत होते. तेथील ठाणेदार आजारी असल्यामुळे गजनफरखान तेथे पोहोचला. त्याला शाहआलमचे १००० स्वार मिळाले त्यांनी मराठ्यांना ८ मैलांपर्यंत (सु. १३ कि.मी.) पळवून लावले. भीमानदीपर्यंत पाठलाग केला. मराठ्यांचा राणा जयसिंह नावाचा सरदार मरमहदखानाबरोबर लढत होता. ५० मैलांवर (सु. ८६ कि.मी.) इंदापूर, आदगावाजवळ लढाई झाली. अनेक लोक जखमी झाले.[४]

राजधानी रायगडजवळ मोगली सैन्याचे आक्रमण व हल्ला

१५ जानेवारी, १६८५ च्या सुमारास गाजीउद्दीखान बहादुर हा रायगडाच्या पायथ्याशी भिडला. त्याने पायथ्याची एक वाडी जाळली. मराठ्यांचे अनेक अधिकारी व सैनिक त्या वेळी मारले गेले. कवी कलशाने सैन्य पाठवून प्रतिकार करण्याचा प्रयत्न केला. मोगली सैन्याने बरेच लोक बायकामुलांसह कैद केले. गुरे-ढोरे जप्त केली. निजामपूर व जवळील ३ ठिकाणी जाळपोळ केली. संभाजीराजे त्या वेळी पाचाडात होते. मोगली सैन्य तिकडे येत आहे हे समजल्यावर ते रायगड किल्ल्यावर गेले. रायगडाच्या पायथ्याशी

पाचाडजवळ ४ मैलांच्या (सु. ७ कि.मी.) अंतरावर गाजीउद्दीखानाचा डेरा होता. संभाजीराजांची १५ हजारांची सेना घेऊन हंबीरराव व रूपाजी भोसले हे मोगली सैन्यावर तुटून पडले. बाण आणि बंदुकीची लढाई झाली. चारही बाजूंनी मोगल सैन्य लढत होते पण मराठेसुद्धा तितकेच तीव्रपणे लढत होते. मोगलांनी भरपूर लूट मिळविली आणि ते कोथळागडाच्या परिसरात गेले.[५]

गाजीउद्दीखानने आपण रायगडावर फार मोठी कामगिरी केल्याचे बादशहाला कळविल्यावर बादशहाने त्याला 'फिरोजीजंग' हा किताब दिला. इ.स. १६८३ मध्ये रायगडाच्या परिसरात तो जाळपोळ व लुटालूट करून गेला होता. त्या वेळी त्याला 'बहादूर' हा किताब देण्यात आला.

आता तो 'महमंद गाजीउद्दीन बहादुर फिरोजीजंग' झाला. या लढाईत दलपत बुंदेला, इंद्रजित राठोड, शिरवळचा ठाणेदार नाहीरखान वगैरे लोक होते. रायगडाच्या परिसरात मोगली सैन्य पोहोचले होते. तरी त्यांना रायगड किल्ल्यावर हल्ला करण्याची हिंमत झालेली दिसत नाही. रायगड किल्ल्याचे विराट स्वरूप आणि चोख बंदोबस्त पाहून त्यांनी ते धाडस केले नाही. रायगडाच्या परिसरात लुटालूट, जाळपोळ करून कोथळागडाकडे पळून जाणे याचा अर्थ त्यांना विजय मिळाला असा होत नाही. फक्त किल्ल्याच्या पायथ्याजवळ पोहोचणे या महान कामगिरीबद्दल बादशहा आपल्या अधिकाऱ्याचा गौरव करतो. ही गोष्ट विचित्र वाटते.[६]

जेधे शकावलीत नोंद – शके १६०७ रक्ताक्षी संवत्सरे पौष वद्य ४ शाबुदीखान (शहाबुद्दीनखान) पुण्याहून दौड करून बोरघाटे उतरून गांगोलीस आला. कवी कलशे जाऊन भांडन दिले. फिरोन घाटावरी घातला.[७]

वरील शकावलीतील नोंदीत हंबीरराव मोहिते व रूपाजी भोसले यांनी मोगल सेनेशी सामना दिल्याची नोंद नाही. कवी कलशाने प्रतिकार केल्याची नोंद केली आहे.[८] यावेळी हंबीरराव व रूपाजी भोसले पुणे परिसरातील मोगली सेनेस तोंड देत असावेत.

धरणगावची दुसरी लूट व हंबीरराव मोहिते यांची बादशाही मुलुखात चढाई

१२ फेब्रुवारी, १६८५ च्या अखबारातून धरणगाव मराठ्यांनी पुन्हा लुटल्याची माहिती मिळते. फेब्रुवारी १६८५ मध्ये मराठ्यांचा एक सरदार भिमाजी मोरे वऱ्हाडात गेला होता. त्याचा मोगलाकडून पाठलाग करण्यात आला. धरणगावची लूट घेऊन ते चालले होते. निळो मोरेश्वर व रंगराव हे दोघे सहासातशे स्वारांनिशी धरणगावला पोहोचले. त्यांनी इंग्रजांची वखार जाळली. सकाळी ८ वाजण्याचे सुमारास घरांना आगी लावल्या. ही इंग्रजांची घरे आहेत असे लोकांनी सांगितले आणि निळोपंताकडे घेऊन गेले. पंतांनी

विचारले, इंग्रज कोठे आहेत ? त्यांनी सांगितले बुऱ्हाणपूरला गेले आहेत. त्यांच्या जवळील रु. १५ वगैरे घेऊन त्यांस हाकलून लावले. इंग्रजांचा रु. ५० किंमतीचा माल जळाला. एकूण रु. ३००० चे नुकसान झाले. त्याची भरपाई मिळत असेल तर मागावी त्याकरिता १२ फेब्रुवारी १६८५ च्या पत्रातून मुंबईकरांनी सुरतकरांना कळविले.

वखारवाल्यांकडून ३-४ हजाराची लूट मिळाली. औरंगजेब बादशहाने आपल्या सरदारांना धरणगावकडे जाण्याचा हुकूम दिला. ७ फेब्रुवारी १६८५ ला मोगल सैन्य धरणगावला आले मराठ्यांचा पाठलाग ७ कोसापर्यंत केला. लुटीतील भाले, छत्र्या, ५०० घोडे हे मोगलांनी पळविले. भिमाजी मोरे महानकला येथे पळाला. भिमाजीने किल्ल्यावरून दारूचे गोळे फेकण्यास सुरवात केली. मोगलांनी चारी बाजूने घेराव घातला होता. धरणगावात तंग वातावरण झाले. औरंगजेबाचा मुलगा कामबक्ष १२००० स्वारानिशी आला आणि बंदोबस्त केला.[९]

इंग्रजांची गाळण उडाली. ते नाराज झाले.

ईश्वरदास नागर हा संभाजीराजांनी मोगलांची कशी त्रेधातिरपीट केली होती याचे वर्णन आपल्या 'फुतूहाते आलमगिरी' या ग्रंथात करतो. हालचालींची माहिती देतो-

'बादशहा विजापुरला होता तेव्हा त्याला वऱ्हाड, खानदेश आणि बागलाण या प्रांतातून पुढीलप्रमाणे बातम्या कळविण्यात आल्या. संभाजी आणि हंबीरराव हे आपल्या सैन्यासह बादशाही मुलुखात पसरले. त्यांनी गावेच्या गावे उद्ध्वस्त केली. विशेषतः त्यांनी मुसलमानांतील सय्यद, शेख, विद्वान, मुल्ला, मौलवी यांची पार दुर्दशा केली. पुष्कळ प्रतिष्ठित माणसे कोकणात जाऊन राहिली होती. त्यांचा छळ करण्यात आला. मोगल अधिकारी हे त्यांच्याशी लढले पण त्यापैकी कित्येकांना पकडण्यात आले. रस्ते बंद करण्यात येऊन अनेकांना कैद करून त्यांना किल्ल्यात नेऊन छळण्यात आले. सारांश मराठ्यांचा उच्छाद झाला म्हणून बादशहाने विजापुरहून प्रयाण केले.[१०]

याच सुमारास कुडाळचा देसाई खेमसावंत फिरंग्यांना मिळाला.

नातेसंबंधातील विरोधाभास

खेमसावंताला विजापूरच्या सिकंदर आदिलशहाने सुद्धा याच सुमारास पत्र पाठवून तू संभाजीराजांशी ममता राखून राहा असे कळविले होते. ते पत्र पुढीलप्रमाणे -

सा.सं.इ.ले. १३-१५ श. १६०६-०७

इ. १६८४-८५

(महंमद) शिकंदर अदिलशहा-खेमसावंत सरदेसाई परगणे कुडाळ महालनिहाय. सर जमिनदार

तुम्हावर बादशहा कृपा जहाल होऊन तुमची अर्जी विदित जाली. वडिलार्जित बादशहाचे चाकरीवर आला आहा. तुम्ही कोणते तऱ्हेने राजा संभाजीशी ममता राखून मोगल याजबरोबर मैत्री न ठेवावी. कुमकेकरता तुम्ही बादशाही फौजेत येऊन पोहोचणे. कोणी चांगला मनुष्य रवाना करणे. हस्तपंजे बादशहाचे करून व पोषाख रवाना केला आहे. तो घेऊन चाकरीवर खंबीर राहाणे (१५) बादशाही जाग्यात शेवेसी हजर जाहाले त्याकडे कृपादृष्टीने तमाम परगणे घाटाचे पायाखालील पो कुडाळ वगैरे बक्षीस इनाम करून दिला. मौजे मसुरा वगैरे १३ गाव व हक लाजिमा कदिम आदलखान अमलात हिंदवीत लिहिल्याप्रमाणे दिले असे. ज्यावेळी घाटावरून फौजा येतील त्या समई हजर राहावे आणि मार्गाने रहदारीस हरकत न होई असा बंदोबस्त ठेवावा.[११]

शिवाजीराजांचे जावई महादजी नाईक निंबाळकर यांनीसुद्धा खेमसावंताला याच सुमारास पत्र लिहिले आणि 'दिल्लीचे पादशहा बहूत थोर, यांसमान दुसरा कोणी नाही.' असे कळविले. बादशहाने गोवळकोंडा आणि विजापूर जिंकले. संभाजी जिंकणे हेच त्याचे बाकी राहिले आहे. बादशहा बहुत शेर आहेत. त्यांच्याशी प्रामाणिक राहाण्यातच आपला नफा आहे, असे कळवितात आणि संभाजीराजांशी असलेले रक्ताचे नाते विसरतात. या ठिकाणी असे म्हणावेसे वाटते की, हंबीरराव मोहिते हे संभाजीराजांचे सावत्रमामा असूनसुद्धा ते त्यांच्या पाठीशी खंबीरपणे उभे राहतात. त्यामुळे हंबीररावांबद्दल नितांत आदराची भावना निर्माण झाल्यावाचून राहत नाही.

सातारा भागात हंबीरराव

मराठे औंढा, पट्टा किल्ल्यांकडे जात असल्याचे समजल्यावरून गहिनफरखान याने गोदावरीच्या घाटावरून दौड करून पालशखेडा येथे मराठ्यांना गाठले. अनेकांना मारले. घोडी, छत्री, भाले वगैरे लूट मिळविली. त्यांच्याकडील बहुतेक लोक मेले आणि जखमी झाले (१६८५ मार्चमध्ये). तसेच नेवाशाच्या बाजूने मराठे जात होते, हे समजल्यावरून अमानुल्लाखानाने शिरवळहून दौड करून सामना केला. अनेकांना मारले आणि पळवून लावले.

फेब्रुवारी व मार्च १६८५ च्या सुमारास सातारा भागातील मोगली सैन्याशी मराठ्यांचे हल्ले होत होते त्यांचे हंबीरराव नेतृत्व करीत होते. साताऱ्याच्या डोंगरात मराठ्यांचे सैन्य जमले असता गाजीउद्दीनच्या सैन्याबरोबर चकमक झाली. चंदन-वंदन या किल्ल्याजवळ त्यांच्याशी अमानुल्लाखानाने सामना केला. अनेकांना ठार केले, जखमी केले आणि मोड केला. पंचवीस घोड्या, १५०० कैदी व जनावरे जखमी करून २० बंदुका व २ निशाने, १ नगाऱ्याचे भांडे अशी लूट नेली.[१२] मुहंमद आज्जमशहाकडे गंगाजी जाधव फितुर

झाला असावा. त्याला ४००० जात व ३००० स्वार याची तजवीज केली गेली. वझीरखानाचा नातू मुहंमद हा संभाजीराजांची नोकरी सोडून फितुर झाला. तसेच संभाजीराजांचा नोकर रुहुल्लाखानाकडे चाकरीस गेला.[१३]

संदर्भटिपा

१. ऐ.फा.सा., खंड ६, अखबार, पृ. ३२९

२. तत्रैव, अखबार, पृ. ३५८

३. तत्रैव, अखबार, पृ. ३७३

४. तत्रैव, अखबार, पृ. ३७३-३७४

५. ज्वलज्ज्वलनतेजस संभाजीराजा, पृ. २८२

६. तत्रैव, पृ. २६२

७. जेधे शकावली

८. ज्वलज्ज्वलनतेजस संभाजीराजा, पृ. २७९-२८२

९. तत्रैव, पृ. २८४

१०. मोंगल – मराठा संघर्ष, पृ. २७

११. सं.प.सा.सं., पृ. ४१-४२

१२. ऐ.फा.सा., खंड ६, अखबार, पृ. ३६०

१३. तत्रैव, खंड १, पृ. १

१५. आदिलशाही–कुतुबशाही अस्त

१ एप्रिल, १६८५ रोजी मोगली सैन्याने विजापूरला वेढा दिला. विजापूरकर व गोवळकोंडेकर म्हणजे आदिलशाही व कुतुबशाही ही दक्षिणेतील राज्ये व मराठ्यांचे स्वराज्य या तिन्ही पादशाह्या दक्षिणी राहण्याच्या दृष्टीने एकमेकांस मदत करीत असत. शिवाजीराजांचे तसे धोरण होते. 'आबासाहेबांचे संकल्पित तेच करणे आम्हांस अगत्य! यानुसार संभाजीराजे यांनी पन्हाळगडहून आपल्या फौजा विजापूरकरांच्या मदतीसाठी पाठविल्या. कविकलशा खान त्या फौजा घेऊन रवाना झाले. (शकावली) हंबीरराव हेसुद्धा विजापुरकरांच्या साहाय्यास गेले होते.[१] तारीख २३ वी माहेर मोहरम सन १०९७ (१० डिसेंबर १६८५) रोजी हंबीरराव हा संभाजीचे फौजेसमागमे येऊन पोहोचला. तारीख ३ माहे सफर (१९ डिसेंबर, १६८५) रोजी संभाजीची फौज मोगलांचे इलाक्यातील मुलूक लुटण्यावर रवाना झाली. वरील नोंदीचा विचार केला असता हंबीरराव यांनी विजापूरच्या वेढ्याच्या वेळी निश्चितपणे काहीतरी कामगिरी बजाविली होती असे म्हणण्यास हरकत नाही. दुर्दैवाने विजापूरची आदिलशाही औरंगजेबाने संपविली. विजापूरचे उर्फ विद्यापूर याचे नामांतर दारुलजाफर असे झाले.

कुतुबशाहीचा अस्त

विजापूरप्रमाणेच औरंगजेबाने कुतुबशाही प्रदेशावर आपली वक्र नजर वळविली. विजापूर हस्तगत झाल्यावर आणि कुतुबशहाशी सामना सुरू झाल्यावर बादशाही सैन्य साधारणपणे फेब्रुवारी, मार्च, एप्रिल १६८६ च्या दरम्यान कोल्हापूर, पन्हाळा, मिरज या भागात फिरत होते. जाळपोळ, लुटालूट चालू होती. मिरज आदिलशहाकडे होती. मिरजेचा किल्लेदार असतखान यांस विजापुरकडील बातम्या समजत होत्या. मोगली सैन्याने मिरज किल्ल्याचा ताबा घेतला. (शकावली) रुहुल्लाखान व रणमस्तखान हे कोल्हापूर, पन्हाळा आणि परिसरात मराठ्यांशी लढत होते. हंबीररावाने त्यांना तोंड दिले आणि ते दोन्ही खान खट्टू होऊन बेळगावकडे पळाले. बेळगावचा किल्लेदार मुरादखान हा घाबरला. हंबीररावांनी बेळगावच्या किल्लेदाराला आपण मदतीस येतो, किल्ला लढवावा असे कळविले. वाटेत हुकेरीचे देसाई, अलगोंडा, मोघेगोंडा हे औरंगजेबाकडे वळू नयेत म्हणून हंबीररावांनी त्यांना पत्र लिहिले.

सेनापती हंबीररावांचे हुकेरीचे देसायास पत्र

राजश्री अलगौंडा देसाई पा. हुकेरी गोसावी यांसी –

अखंडितलक्ष्मीअलंकृत राजमान्ये श्री हंबीरराउ मोहिते सेनापती जोहार विनती उपरी येथील क्षेम जाणऊन स्वकीये कुशल लेखन करावयास आज्ञा केली पाहिजे. विशेष गनिम रोहिलाखान व रणमस्तखान यैसे मिरजेहून पनालेपावेतो आला होता. आमचे फौजेसी व गनिमासी बरा मुकाबला होऊन भांडण जाले. ते जागा गनिमाची बहुत खस्ता जाली. गनिम खटाक होऊन कोल्हापूरावरून बेलगावचे रोखे जात आहे. आम्ही सेनेसमुदायेपासी गनिमाचे पाठीवर गनिमाचा हिसाब धरीत नाही. येक विजापुर जाले तरी काय जाले. विजापुर हा जागा पहिलेपासून आमचाच आहे. त्याची मदत हरबावेने आम्हांस करणे लागते. असदखान किलेदार मिरजेचा याने उतावली करून गनिमास मिरज दिधली. त्याकरिता गनिमास राहावयास जागा होऊन पैस मडीळा अहे. हली बेलगावकराने कोट देऊ केला. म्हणऊन तिकडे गनिम जातो त्यास बम्हीखाने अजम नूरानखान यांस कागद पाठविले आहेत. की गनिमास असिराऊन देणे. तुम्ही आम्ही येक जागा होऊन गनिमास सजा पावितो. ऐसे लिहून पाठविले. इहे पहिले या मुलुकात राजश्री गोपाल राऊत होते. ते लष्करास सामील जाले आहेत यानी तुमचे विशई कीतेक रदबदल केली की आपणांसी येक खुसीले चालत आहे. तरी हे गोस्टी बहुतच उत्तम अहे. गनिम वाएने जात आहे. तुम्हांस कागदपत्र पाठवीन तरी येकंदर गनिमास न भेटणे. असिरा न देणे. आम्ही लष्करानसी या प्रांते असता तुम्हांस कोण्हे गोस्टीचे काही भय नाही. राजश्री रूपाजी भोसले व राजश्री संताजी जगथाप यासिही बोलाविले अहे. येक जागा होऊन गनिम माश्रम गर्देस मेलवितच अहो तुम्ही आपले वर्तमान साकळ्ये लिहून पाठविणे. बहुत काय लिहिणे. रा. छ. १२ सफर.[२]

वरील पत्राचा बारकाईने अभ्यास केला तर हे लक्षात येते की, हंबीरराव शत्रूशी लढतांना किती सावधगिरीने वागत असत आणि शत्रूच्या हालचालींना पायबंद घालण्यासाठी किती तत्पर असत.

अलगोंडा देसाई पाटलांना गनिमास आपण आश्रय न देता आमच्यावर पूर्ण भिस्त ठेऊन आम्ही आमच्या लष्करासह या प्रांतात असतांना तुम्हांस कोणत्याही गोष्टीचे भय नाही अशी हंबीरराव खात्री देतात. ते म्हणतात, ‘‘आम्ही सेनासमुदायेपासी गनिमाचे पाठीवर गनिमाचा हिसाब धरीत नाही. एक विजापुर जाले तरी काय जाले. विजापुर हा जागा पहिलेपासून आमचाच आहे.’ हे वाचल्यावर शिवाजीमहाराजांच्या एका पत्रातील... ‘दक्षिणची बादशाही दक्षिणीयांचे हाती राहे.’[३] हे धोरण हंबीरराव मोहिते यांच्या रक्तात कसे भिनले होते ते लक्षात येते आणि त्यांची स्वराज्यावरील निष्ठा प्रकट होते.

१६८६ च्या डिसेंबर महिन्याच्या अखेरीस मोगली सैन्य सातारा भागात घुसले. त्यात निजामुलमुल्काचा आजा आबिद चिनकिलीचखान हा होता. याशिवाय विजापूर जिंकल्यानंतर तेथील फितूर सरदार या मोहिमेत हजर होते. या मोहिमेत मोगलांना माघार घ्यावी लागली. रुस्तमखान यास जबर जखमा झाल्या. हंबीररावाच्या सैन्यातील काही लोक यात असावेत. १२ जानेवारी, १६८७ रोजी औरंगजेबाचा मुक्काम गोवळकोंड्याच्या किल्ल्याजवळ होता. औरंगजेबाचे सैन्य शिताफीने लढत होते. संभाजीमहाराजांचे १२००० घोडदळ आणि ५०००० पायदळ कुतुबशहाच्या मदतीस गेले होते. त्यांचा मोगली सैन्यावर हल्ला चालू होता आणि ते रसद तोडण्याचे काम करीत होते. या मोहिमेचे नेतृत्व हंबीररावांकडे असावे. मोगली सैन्य कुतुबशाही सैन्यापुढे असमर्थ ठरू लागल्याचे स्पष्ट दिसू लागल्यावर औरंगजेबाने एक जालीम अस्त्र बाहेर काढले ते म्हणजे फितुरी आणि लाच. त्यात एक बेलाग बुरुजासारखा कुतुबशहाचा कर्तबगार सेनापती २९ मे १६८७ रोजी फितूर झाला. त्याचे नाव शेख निजाम हैद्राबादी. त्यानेच पुढे संभाजीराजांना पकडले. अतिशय तीव्र असा लढा कुतुबशहाने औरंगजेबाशी दिला. कुतुबशहाचा अब्दुलरजाक नावाचा सेनापती याने पराक्रमाची शर्थ केली. त्याच्या शरीराच्या चिंध्या झाल्या. तोंडावर जखमा झाल्या. डोळ्यांवरचे मांस लोंबू लागले. त्या वेळी आठवण होते ती मुरारबाजी, बाजीप्रभू, तानाजी मालुसरे यांची. अब्दुल रजाकचा घोडा शेवटी जखमी अवस्थेत झाडाखाली थांबला. अब्दुल रजाकला घरी नेण्यात आले. औरंगजेबाने त्याला सन्मानाने वागवून त्याची औषधपाण्याची व्यवस्था केली. दिनांक २७ सप्टेंबर १६८७ रोजी कुतुबशाही औरंगजेबाने ताब्यात घेतली.[४] ज्व.ते.सं., पृ. ३११, ३१२, ३१३.

पुणे परिसरात बादशाही सैन्य व मराठे यांच्यात संघर्ष

२९ ऑक्टोबर, १६८५ च्या सुमारास पुण्याच्या आसपासच्या किल्ल्यांवर मोगलांनी दोरीचे जिने करून आणि दोरखंड यांच्या साहाय्याने वेढा घातला. १० दिवसपर्यंत धनुष्यबाणाची लढाई झाली. ३०० मराठे ठार झाले. मराठ्यांची चाकावर घातलेली तोफ, ३०० मण दारू, १०० भाले, १०० घोडे मोगलांनी पळविले. मराठे सैनिक पळून गेले. (नोव्हेंबर १६८५) यात किल्ल्याचे नाव दिले नाही.

संभाजीराजांचे सैन्य शिरवळ भागात शिरले. संभाजीराजांचे फौजेतील शिपाई बिजलीसारखे होते. मोगल सैन्याबरोबर चकमक झाली. नाहरखानाचे तीन मुलगे जखमी झाले. मराठ्यांचा वाकेनवीस पकडला गेला.

याच वेळी शिरवळजवळ प्रचंडगड, भोरच्या जवळ रोहिडा किल्ला यांच्या आसपास

मोगली सैन्य फिरत असावे. त्यावेळी कृष्णाजी नरसप्रभू देशपांडे रोहिडखोरे यास लिहिलेल्या पत्रावरून तिकडील हालचालींची कल्पना येते.

शके १६०७ जेष्ठ शु. ६
शके १६०८ जेष्ठ शु. ७
इ.स. १६८५ मे २०
इ.स. १६८६ मे १८

शंकराजी नारायण – कृष्णाजी दादाजी प्रभू देशपांडे, सबनीस व खासनीस नी लोक हशमदीया हुजरात मौजे कारी वडतुंबी कोरळ चौकी व खिंड ता रोहिडखोरे.
मावळप्रांती गनिमानी चाळ केली म्हणोन समजले त्यास कोरळखिंड व ढवला घाट व मांडरदेवीचा सडा येथील जागा जागा चौक्या घालून गनीमाची खबर ठेवून कमकुसर खास बातमी पावती करणे. + राजगडी कळविताच, तुमची कुमक रोहीडा वगैरे जागांहून होईल. तुम्ही सिरवळी मर्दुमकी चांगली केली, हे खबर येथे समजली. यावेळी गनिम नामोहरम सर्वांनी करावा. तुम्ही जमेदार व सरचाकर महाराजांचे वेळेचे (नामोश) करोन दाखवतील हा भरवसा आहे. बहुत काय लिहिणे.[५]

त्याच भागातील कारीचे सर्जेराव जेधे व शिवाजी जेधे मोगलांस फितूर झाले.

'जेधे' घराणे जैसे थे

अनेक मराठी सरदारांप्रमाणे मोगलांच्या आमिषाला बळी पडून आणि स्वराज्याची एकंदर परिस्थिती पाहून जेधेही आपले इमान विकण्यास सिद्ध झाले. शिवाजीराजे पुरंदरला औरंगजेबाच्या हवाली २३ किल्ले करून आगऱ्याला गेले, त्यावेळी फितुरी झाली नाही. तथापि १६८३ पासून महाराष्ट्रात फितुरीचे पेव फुटले. जेधे घराणे हे त्यास कसे बळी पडले याचे आश्चर्य वाटते. कान्होजीराव जेधे, शिवाजीराजांच्या प्रतापगड संग्रामाच्यावेळी त्यांच्या पाठीशी प्रतिसह्याद्री म्हणून उभे राहिले. आपल्याबरोबर अनेक देशमुखांना त्यांनी वळविले. आदिलशाही फर्मान लाथेने तुडविले आणि महाराजांजवळ येऊन ते महाराजांस बोलिले,

'महाराजांनी (शहाजीराजांनी) आपली क्रिया घेऊन तुमच्या हाती दिली. तेच क्रिया व इमान आपला शाबूत आहे. वतन साहेबाच्या पायावरी ठेविले. आपण व आपले सहा लेक व आपला जमाव देखील साहेबापुढे खस्त होऊन जे होणे ते होईल. आम्ही इमानास अंतर करणार नाही.'

कान्होजी नाईकांना बाजी, संभाजी, शिवाजी, चांदजी, नाइकजी, सयाजी असे सहा पुत्र होते.

यांतील मोठा मुलगा बाजी याने फतेहखानच्या लढाईत भगवा झेंडा परत आणण्याची कामगिरी केली होती. त्याबद्दल महाराजांनी या बहाद्दरास 'सर्जेराव' हा किताब दिला होता. तो महाराजांपेक्षा सवा वर्षाने मोठा होता.

कान्होजी जेधे नाइकांचा मुलगा शिवाजी याने आपली गुरेढोरे व आपले भावाची सर्जेरावाची गुरेढोरे शिरवळला मोगलांचे मुलखात पाठविली. सर्जेरावसुद्धा संताजी निंबाळकरांचे सल्ल्याने मोगल अधिकाऱ्यांना भेटला पण पुन्हा आपले वतनास फारसा धोका नाही हे जाणून संभाजीराजांशी संपर्क साधला. त्यांना संभाजीराजांनी पत्रे लिहून आपले कर्तव्याची जाणीव करून दिली आणि आपण असे करू नये म्हणून त्यांचे मन वळविण्याचा प्रयत्न केला. ती पत्रे अशी –

शके १६०७, आश्विन वद्य ३
इ.स. १६८५, ऑक्टोबर ५

स्वस्ति श्री राज्याभिषेक शके १२ संवत्सरे अश्विन बहुलतृतिया इंदुवासरे छत्रीय कुलावतंस सिंहासनाधिश्वर श्री राजा शंभु छत्रपती स्वामीयाणी सर्जेराउ जेधे यांसी आज्ञा केली असे– तुम्ही संताजी निंबाळकर मुद्राधारी विचित्रगड यासी पत्र लिहून मुद्दा सांगोन पाठविला की, आपला भाऊ शिवाजे जेधे याणे हरामखोरी करून सिरवळास गेला. त्याणे आपली गुरेढोरे वळून नेली. पुढे आपणांस बरे पाहाणार नाही याबद्दल आपणही उठोन सिरवळात आलो आहे. ऐसियासि आपण रा. स्वामींच्या पायाजवळी एकनिष्ठच आहे. स्वामी कृपाळू होऊन, आपले वतन देशमुखी आपले स्वाधीन करतील आणि अभयपत्र सादर होईल तरी आपण सेवेसी एउनु एकनिष्ठ होउनु सेवा करीन म्हणून. तरी तुमचा मुद्दा माइले हवालदार एही स्वामींचे सेवेसी हुजूरास लिहिला. त्यावरून हे आज्ञापत्र तुम्हास लिहिले आहे. तरी आधी तुम्हीच सरासरी हरामखोरी केली की वतनदार होऊन इमानेइतबारे वर्तावे ते गोष्ट ना करिता स्वामींचे अन्न बहुत दिवस भक्षिले त्याचे सार्थक केलेत की स्वामींच्या पायासी दुर्बुद्धि धरून दोन दिवसांचे मोगल त्याकडे जाऊनु राहिलेत. तुमचा भाऊ शिवाजी गनिमाकडे गेला तो आम्हास बरे पाहेना. ऐसे होते तरी तुम्ही स्वामिसनिध हुजूर यावे होते. म्हणिजे तुमचे इतबारपण कळोन एकनिष्ठता कळो एती. ते केले नाही. तरी बरीच गोष्ट जाली. या उपरीही गनिमाकडे राहाणेच असेली तरी तुम्ही परभारे मुदे सांगोन गडकिलियाकडे राबिते काय म्हणून करिता ? ही गोष्ट स्वामीस मानत नाही. जो राबिता करणे तो स्वामीकडेच करून हुजूर वर्तमान लेहून पाठवावे. स्वामी तुमचा मुदा मनास

आणून आज्ञा करावयची ते करितील. तरी ऐसी गोष्ट करावया प्रयोजन नाही. हुजरातीखेरीज दुसरीयाकडे एकंदर राबिता न करणे. जे वर्तमान लिहिणे ते स्वामीस लिहित जाणे. तुमचे ठाई एकनिष्टताच आहे, ऐसे स्वामीस कळलियावरी जे आज्ञा करणे ते करून आज्ञा पत्र सादर होईल तेणेप्रमाणे वर्तणूक करणे.

श. १६०७, अश्विन वद्य ३ (इ. स. १६८५, ऑक्टोबर ५) शिवाजी जेधे मोगलास मिळोन कारीची व आमचे माहालातील गुरे वळून नेली, मुलुखास उपद्रव देऊन उद्वस केला. मग संताजी निंबाळकर हवालदार किले विचित्रगड व गडकरी व सर्जाराव एकत्र होऊन विचार केला की, मुलकाचा बंदोबस्त कोणे रीतीने होतो ! हवालदारे सला दिली जे, तुम्ही शिरवळास मोगलाकडे जाणे आणि शिवजी वगैरे यांचा सालबाज करून मुलखाची वसाहत होय तो अर्थ करने. त्याजवरून सर्जाराव सिरवळास जाऊन अविंध्याची भेट घेऊन सर्व हकीकत जाहीर केली. त्याजवरून शिवाजी वगैरे यास मोगलाने दूर करून गावगनाची वसाहत करावयाची आज्ञा केली.

त्यावरून मुलखाची वसाहत जाली. हे वर्तमान संभाजीराजे यांस कळले. त्याजवर सर्जाराव मोगलाकडे गेले ऐसे जाणोन महाराजांनी इतराजी केली. तेव्हा संताजी निंबाळकर हवालदार यास पूर्वीची सर्व हकीकत ठावकी होती. त्यानी महाराज सर्जारावविशी पत्र लिहिले जे शिवजी जेधे मोगलाकडे गेले त्या महालात उपद्रव करून मुलूक बचिराख केला. सर्जेरावाची गुरेढोरे वळून नेली. सबब मुलखाच्या बंदोबस्तात सर्जाराव गेले. त्यास महाराज यांनी कृपाळू होऊन अभयपत्र पाठविले पाहिजे. त्यास महाराजानी शब्द लावून उत्तर लिहिले आणि हुजूर येणे ऐसी आज्ञा केली. आज्ञेप्रमाणे सर्जाराव दर्शनास गेले. मागे मोगलास किला रोहिडा घेतला. ती मसलत सर्जाराव यास सांगोन आज्ञा देऊन रवाना केले. आज्ञेप्रमाणे कारीस येऊन मुले प्रमाणे यास ठिकाण धरवेना. हे जाणोन वाई देशात जांबलीस नेऊन ठेवली आणि आपण लोकांचा जमाव करून किले रोहिडा हस्गत केला. मग महाराज रा. संभाजीची भेट घेतली. बहुत मेहेरबान होऊन सर्जाराव यास शिरपाव दिल्हा. काही एक दिवसांनंतर या प्रांती औरंगजेब पादशाहा यांची मोहीम जाली. तुळापूर येथे पातशहा याचा मुक्काम होता. तेथे महालोमहालचे देशमुख व देशपांडे गेले. ते समयी सर्जारावहि गेले. तेथे कचलाखान (?) वगैरे मुच्छदी यास नजर व अंतस्थ देऊन निरोप घेऊन घरास आले. मुलखाची वसाहत केली. तेथे खर्च पडिला. तो आमचे वडीलानी पदरचा दिला. दुसऱ्या कोणी दिला नाही. पातशहांचे पुत्र शाहाबकस व अजमतारा याने कसबे सिरवळी येऊन मुक्काम केला आणि सर्जाराव व बाळाजी नाईक खोपडे देशमुख तर्फ उत्रोली यास बोलविले की, किले रोहिडा घेऊन देणे. त्यावरून सर्जाराव बोलिले, आम्ही

जमीदार, तेव्हा हा मनसोबा आम्हास कैसा होईल ? मग बाळाजी नाईक याणी कबूल केले की, किला घेऊन देतो व सर्जाराव याची बापगूद (?) केली. त्यावरून सर्जाराव यास अटकेत घालावे ऐसा ठराव दरबारात जाहला. हे वर्तमान सर्जारायास कळताच रातोरात निघून कारीस आले किल्ल्यास सावध केले. मग बाळाजी नाईक खोपडे यानी स्वारी घेऊन किल्ल्याखाली आले. गडकरी हरजी पवार याचे डोचके कंकरीजवळून कापून नेले आणि किल्ल्याभोवता वेढा घालोन अंधरवडाजवळ मुक्काम करून राहिले आणि सर्जाराव यास आणावयाकरता चार भले लोक पाठविले. त्यावरून सर्जाराव याणी दुखणियाचे मिस घेऊन आपले पुत्र मताजी नायक याजला बरोबर देऊन सुलूख वरकरणीचा करून पाठविले. तदनंतर मताजी नाइकास जमाव सुधा येऊन त्यास सांगितले की, किल्यास मोर्चे लावून लढावे. तेव्हा मताजी नाईक मुळीच्या बेताप्रमाणे मावेची लढाई करू लागले इकडे सर्जाराव याणी किल्यास बातमी खबर हुशार असणे, अवसान न सोडणे, ऐशिये रीतीची वरचेवर खबर शिदोजी जाधव हवालदार यास पोहचवीत गेले व किले मजकुरी गला बेगमीस पाठवावा म्हणोन मौजे चिखलगाव येथे आपला खासगत गला होता तो परभारा गडकरी यास सूचना देऊन घेऊन जाणे, ऐसी बातमी खेलविली. वगैरे गावगनाचा गला नेणे ऐसे सांगितले. त्यावरून दरवाजाबरोबर उतरोन गला घेऊन गेले. तो खर्चवेच शिवजी व चांदजी वगैरे यानी दिल्हा नाही व मसलतेसहि सामील जाहले नाहीत. पुढे पातशहा यानी पुरंदर वगैरे किले हस्तगत केले. ते समयी सर्जाराव यानी पुरंदरचे कोळी व बेरड यास आणोन आपल्याजवळ ठेऊन घेऊन आपले पदरीचा खर्चवेच देऊन किले पुरंदर हस्तगत करून साहेबचाकरी करावी म्हणोन मसलत करोन सरकारची कामेजामे उमदी धरून करावयाचा निश्चय केला आणि वतनदाराचाहि बंदोबस्त जाला पाहिजे म्हणोन.[६]

श. १६०८ जेष्ठ वाा १
इ. १६८६ मे २८
सु. १०८७ रजब १५

बाजी घोलप हवालदार व – बाजी सर्जाराऊ देशमुख
कारकून किले पुरंदर ताा रोहिडखोरे गोसावी
पत्र पाऊन वर्तमान कलो आले. लिहिले की, 'आपल्या बहुतच अटक केली होती. त्यास हुनरेच बाहेर पडिले आता काय विचार करावा तो लिहिला पाहिजे. तरी उत्तम गोष्ट बरीच केली. आता रा. छत्रपती स्वामीचे भेटीस जाऊन आपले उर्जित करून घेतले पाहिजे. राजश्रीचे दरशण होताच बरीच सरंजामी होईल जाणिजे.[७]

वरील पत्रावरून हे लक्षात येते की सर्जेराव जेधे यांनी परत स्वराज्यात येण्याचे आवाहन संभाजीराजे करतात.

सर्जेराव जेधे यांची मनवळवणी

२ फेब्रुवारी, १६८७ रोजी सर्जेराव जेधे यास निळोपंतांनी पत्र लिहून तुम्ही गनिमाची सेवा न करता परत स्वराज्यात यावे अशी मन वळवणी केली. ते पत्र.

१ फेब्रुवारी १६८७ चा कौलनामा

– नीलकंठ मोरेश्वर – सर्जाराऊ जेधा

तुम्ही गनिमाकडे जाऊन सेवा करिता. कोण्या भरास भरून गेलेत ? बरे जे झाले ते फिरोन न यें. परंतु मुसलमानाची सेवा करता तुम्हास कष्ट होतात. साप्रत स्वामीचे सेवेसी येऊन कार्यभाग करावा. कष्टाची मुजरा होईल. सरफराजी करून घ्यावी. म्हणून कलो आले. तरी तुम्ही कदीम लोक, तुमचा भरवसा, रा. स्वामीचे बहुत अन्न भक्षिले आहेत. क्रिया धरूनु आणि यावयांचे केले तरी बहुत उत्तम केले. कदाचित गनिमाकडे गेले होतेस. त्या गोष्टी करिता यावयाचा अनमान कराल तर सरवस्वी न धरने, बेशक येणे. तुमचे बरे करणे सुभे होऊन सर्फराजी करून बहुत चालऊन अतर न पडे. समाधान असो देणे आणि येणे. दरीबाब कौल असे. आज्ञाप्रमाण मोर्तब. (सं.का.प.सा.सं. पृ. ७१)

त्यानंतर ४ मार्च १६८७ रोजी निळोपंतांनी परत पत्र लिहिले आणि त्यांना अभय देण्याचे वचन दिले. सर्जेराव जेधे यांनी पंतांच्या पायाची शपथ वाहिली आणि कौल दिला ते पत्र –

नीलकंठ मोरेश्वर –

बाजी सर्जाराऊ जेधे देशमुख तपे भोर तर्फ रोहिडखोरे

तुम्ही मुदा येकनिस्टता धरून आपले वृत्तीवरी यावे, सेवा येकनिस्टतेने करावी, मुलेमाणसे कबिला आणावा, अभये देऊन मस्तकी हात ठेऊन सेवा घ्यावी म्हणून कितेक सांगोन पाठविला. तरी बहुत बरे. याहून काय बरे आहे. तुम्ही आधीच या प्रांतीहून नव जावे आणि गेलेस तरी ते सर्व अन्याये तुमचे तुम्ही येकनिस्टता महाराज राज्श्री स्वामीचे पायासी धरून आलिया माफच केले असती. तुम्ही रा. स्वा. च्या अभयपत्राचा उजूर कराल तरी सहसा न करणे. तेहि पत्र आणून देऊन तुम्ही आलियाने तुमच्या कबिल्याची, खायाखर्चाची विळे मामला करून देउनु. तुम्हावासी जे लोक असतील ते घेऊन कबिलासह येणे. कबिला रोहिडागडी ठेऊन तुम्ही म्हापासी श्रीवर्धनगडी भेटीस येणे. भेटीनंतर तुमचा मुदामवाफीक सरंजाम अवघाच करून, तुम्हा बराबरी लोक येतील त्यांची विळे करून.

अभय असे अन्याय कुल माफ असेत. यविसी आम्हास रा. पंत कै. पंताचे पायाची आण असे. हा कौल. (सं.का.प.सा.सं. पृ. ७२)

निळोपंत पेशव्यांनी जेधे घराण्यास माफ करून तुम्ही स्वराज्याची एकनिष्ठेने सेवा करावी आणि आमच्यावर पूर्ण भरवसा ठेवावा असे कैलासवासी मोरोपंत पिंगळे यांची शपथ घेऊन आश्वासन दिले. आणि जेधे 'जैसे थे' झाले व स्वराज्याशी त्यांचे इमान अढळ राहिले.

जेधे घराणे किती बहुमोलाचे होते ही गोष्ट यावरून लक्षात येते. त्यांचे स्वराज्यात राहणे किती महत्त्वाचे होते हे यावरून लक्षात येते. हंबीरराव मोहिते मात्र आपल्या इमानापासून कधीही ढळले नाहीत ते सदैव खंबीर राहिले. सर्जेराव जेधे हे कर्नाटक मोहिमेच्या वेळी हंबीरराव मोहित्यांच्या बरोबर हुसेन मियानाशी लढताना बरोबर होते. त्यांचा पुत्र नागोजी ह्याने हुसेनखानाच्या हत्तीची सोंड कापली होती, आणि त्याच वेळी हुसेनखानाने धनुष्यबाणाचा नेम धरून बाणाने नागोजीचा बळी घेतला होता. (जाने. १६७७) स्वराज्यासाठी आपल्या जिवाची बाजी लावणारे हे जेधे घराण्यातील वीरपुरूष परत स्वराज्यात आले, या मसलतीत हंबीररावांचा सुद्धा सहभाग असावा.

संभाजीराजे दिलेरखानास मिळाले त्यावेळी त्यांचा पाठलाग करण्यासाठी हंबीरराव यांना पाठविले असल्याची नोंद मध्ययुगीन चरित्रकोशात केली आहे.[८]

१६८६ डिसेंबर अखेरीस मोगली सैन्य सातारा भागात घुसले. त्यात निजाम लल्मुल्काचा आजा ख्वाजा आबीद चीनकिलिचखान होता. याशिवाय विजापूर जिंकल्यानंतर तेथील फितूर सरदार या मोहिमेत हजर होते. हंबीरराव मोहितेही मराठ्यांच्याकडून प्रतिकार करीत असावेत. या मोहिमेत मोगलांना माघार घ्यावी लागली. रुस्तुमखान यास जबर जखमा झाल्या.

दौलतमंदखान हा लोहनेरचा ठाणेदार होता. तो नाशिक-बागलाणातील किल्ले घेण्याच्या कामगिरीवर होता. त्याने ३१ मार्च, १६८६ ला कणेऱ्याचा किल्ला (कळवण तालुका, जि. नाशिक) घेण्यासाठी किल्ल्यास वेढा घातला. बंदुकी, धनुष्यबाण, अग्निबाण, दगड यांना मराठे प्रतिकार करीत होते.

कणेऱ्याचा किल्लेदार बाळाजी हा होता. तो जावळीचा जमीनदार होता. त्याला दौलतमंदखानाने वश करून घेतले. जावळीचे त्याचे मूळ वतन शिवाजीराजांनी घेतले होते. ते त्यास बादशहामार्फत परत मिळवून देण्याच्या अटीवर त्याने मे, १६८६ मध्ये किल्ला मोगलांचे हवाली केला. त्याचे चारही लोक शरण आले. बादशहाने त्याचे मनसबीत वाढ केली व बाळाजीला दरबारात बोलाविले.[९]

पुढे दौलतमंदखानाने आपले ठाणे मातबरखानाकडे सोपविले व तो माहुलीच्या वेढ्यासाठी रवाना झाला.

१४ जून १६८६ बादशहा सोलापूरहून विजापुरला निघाला. ३ जुलै १६८६ बादशहा विजापुरजवळील सहा कोसांवर रसूलपूर येथे पोहोचला.[१०]

ऑक्टोबर १६८६ मध्ये संभाजीराजांनी आपले सैन्य मंगळवेढ्याकडे पाठविले. त्याचा मोड करण्यासाठी एतियादखान रवाना झाला.

त्याच सुमारास बादशहा विजापूरहून सोलापूरला जाण्यास निघाला होता. तो २५ जिल्हेज म्हणजे २ नोव्हेंबर, १६८६ ला सोलापुरास पोहोचला.

त्याच दिवशी बादशहाने फिरोजजंग यास हैद्राबाद प्रांतातील इब्राहिमगड जिंकण्यास पाठविले. त्याच्याबरोबर दिलेरखान, शर्जाखान, सफशिकनखान, अबअलीखान, अब्दुल कादीरखान, जहांगिर कुलीखान, सूफीखान, अवधूतसिंह, सरबहादरखान चेला व इतर होते.[११]

वरील यादीत शरजाखान याचे नाव आले आहे. यास सोलापूरहून सातारा, शिरवळ, वाई या भागात औरंगजेबाने पाठविले असावे. कारण पुढे त्याचा आणि हंबीररावांचा वाई भागात सामना झाला आहे. चहुबाजूंनी आलेल्या आक्रमणाला संभाजीराजांचे सैन्य हंबीररावांच्या नेतृत्वाखाली तोंड देत होते. यावेळी संभाजीराजांनी गोवेकर फिरंगी, मुंबईचे इंग्रज, जंजिऱ्याचे सिद्दी याच्याबरोबर पण सावधगिरीचे राजकारण चालविले होते. कर्नाटकातील राज्यांनाही त्यांनी समर्थपणे तोंड दिले होते. औरंगजेबाने विजापूरची आदिलशाही आणि गोवळकोंड्याची कुतुबशाही यांना बुडवून आता आपले लक्ष संभाजीराजांकडे केंद्रित केले होते.

इंग्रजांचे धोरण

व्यापार हे इंग्रजांचे मर्यादित धोरण नव्हते. त्यांना सैन्य जमवून या देशात सत्तेकडे जायचे होते. अत्यंत कूर्म गतीने संभाजीराजांना न दुखवता त्यांची मुत्सद्दी चाल चालू होती. सिद्दीलाही ते आतून साथ देत होते, तर मोगलांशीही उघड वैर करीत नव्हते. त्यांचा स्वतंत्र सत्ताधीश होण्याचा साळसूद मनसुबा होता. मुंबई हे सत्ताकेंद्र आणि सुरत हे वखार व्यापारकेंद्र होणार होते. केजविनने संभाजीराजांशी तह केला होता. त्यांच्याशी गोड-गोड बोलून आपला स्वार्थ साधणे हा त्यांचा हेतू होता. संभाजीराजास ते वचकून होते. त्यांचे शौर्य, धैर्य, साहस यांची त्यांना ओळख झाली होती. ३१ मार्च, १६८६ रोजी मुंबई व सुरतेला राजांकडून पत्रे आली. त्यात ते लिहितात "संभाजी हा युद्धसन्मुख राजा आहे.

त्याच्याशी काळजीपूर्वक वागा. त्याचा गोषवारा.......

.... *It will be necessary for you to make & always keep a strict confederacy with Sambhajee Rajah who is warlike Prince & thus he be not the most careful of his honour or of his keeping his leagues, all those Indian Princes will keep their confideracy's as long as they agree with their interests and it is possible for you to make such terms with him as shall be now & for many years his interest to preserve to sweaten him wherein, you may among other things agree to furnish him constantly with gun powder, great guns and shots and small arms on seasonable terms as he shall desire anually for which purpose we have now sent you a double proportion of powder and if you should want more you may write for what, you will to fort Saint George we have 2600 barrels in store which it to full time disposed of. ....*

मुंबईकरांनी सुरतकरांना कळविले की, संभाजीराजाकडे खांदेरी किल्ल्याची मागणी करावी. कारण सिद्दी तो घेण्याच्या तयारीत आहे. शिवाय मोगलांचे आरमार तेथे थांबले होते. [१२]

पत्र क्रमांक – १

छ. संभाजी महाराजांच्या कारकिर्दीतील (सन १६८४, जानेवारी)
सेनापती हंबीरराव मोहिते यांच्या शिक्क्याचे पत्र (मजहर)

श्री
१६०६ पौष शुद्ध १०
छत्रपती + + +
स्वस्ति श्रीराज्या + + + + + + + रक्ताक्षीनामसंवत्सरे + + + + + दसमी
बुधवासरे साक्षपत्र हाजीर मजालसी स्थळ किल्ले रायगड
हंबीरराऊ मोहिते सेनापती

श्री
मछिवमाहानु
भाव सेनाधीश
हंबीरराव

सिदोजी बिन तुकोजी पाटील पोळ
मौजे कविंठे प।। वाल्हे अर्जनीस हुजारती
(निशाणी नांगराची)

शेसो बापूजी देसकुळकर्णी
किले सातारा निविस्ते
बिलालराऊ
अबाजी बिन धारोजी
जाधव पाटील मौजे
परिंचे पा। पुणे
(निशाणी नांगराची)
माऊजी बिन चांदजी
सोनवणी पटेल मौजे + + +
पा। पुण्हें
लिगोजी पाटील कालगे
मौजे वर्जे पा। कऱ्हाड
(निशाणी नांगराची)

सेकोजी बिन मतनोजी काळे देसाई
वस्टलमालकर क।। कोळे
(निशाणी नांगराची)
अंताजी लक्षुमण दि।। सबनिसी
लस्करी हुजराती

केदारजी जाधव पाटील
मौजे पाचुंद पा। कऱ्हाड
(निशाणी नांगराची)

शालवान शक १६०६ या विदमाने सटवोजी बिन बाबाजी भोंसले यानी लेहून दिल्हे साक्षपत्र ऐसें हें माहादजी बिन सुलतानजी पाटील क।। मसूर याच्या बापभावाचा गाऊ मौजे सिरवडें ता। उंबरज त्या गावामधें आपण सेतें केली होतीं व मिरासीचीं सेतें पटेलमजकुराचीं घेतलीं होतीं व पटेलगीस कटकट केली होती त्याबद्दल माहादजी पाटलामध्ये वा आह्मामध्ये कुसूर पडोन मौजे कोणे गावामध्ये महादजी पाटीलावरी आपण चालोन जाऊन गदर केली. त्याकरिता महादजी पाटील हुजूर ऐऊन राजश्री साहेबांपासी वर्तमान विदित केले की त्यावरून साहेबी आपणांस हुजूर बोलाऊन आणून बाजीपुसी केली आणि राजश्री कवीकलश छंदोगामात्य व राजश्री सरकारकून ऐसे सदरेस बसोन बर हक्क मुनसफी केली तेथे निर्वाह जाहाला ऐसा जे महादजी पाटील क।। मजकूर यावरील आपण गदर केली ते निरर्थक केली त्याचे सेताचा आपण आवारा केला व त्याची वैरणी काडी नेली व त्यांची माळीची लाकडे आपण नेली व त्याची बिसाती अंगावरील नेली ह्मणाऊन महादजी पाटीलाने हुजूर विदीत केले तरी आपल्यापासि तरवार १ व कोचकी १ व सेला १ ऐसे आहे ते आपण देतो वरकड महालीच्या कारकुनाच्या विदमाने साक्षपत्र लेहून येईल ते आपण देऊन व सिरवडे तेथील पाटीलकीस व त्याच्या सेतासि आपण कथळा नसता च केला होता. तेथे पेस्तर कथळा कराव्या गरज नाही ऐसा निवाडा जाहाला. याउपरि आपण जरी पेस्तर तेथील पटेलगीचा अथवा सेतांभातांचा व महादजी पाटीलांसि कथळा करून तरी दिवाणीचा गुन्हेगार व गोताचा अन्याई त्यास आपणांस अर्थार्थ अमंध नाही हे आपले वडीलांचे इमान सही साक्षपत्र. पत्र सही सही *

तेरीख ५ रेबिलोवल

सु।। खमस समानीन अलफ

पत्र सही सही * ही दोन अक्षरे सटवोजी बिना बाबाजी भोसले यांच्या खुद्द हातची आहेत.

– मराठ्यांच्या इतिहासाची साधने (राजवाडे खंड १५)

(ले. १० – नवीन म.इ.सा. खंड २ रा शिवकाल

पृ. २४-२५-२६ प्रकाशक – डॉ. प्र. न. देशपांडे

राजवाडे संशोधन मंडळ, धुळे, २००२)

पत्र क्रमांक – २

छ. संभाजीमहाराजांच्या कारकिर्दीतील एक निवाडापत्र (सन १६८४, फेब्रु.) या पत्रावर पेशवा – निळोपंत, न्यायाधीश – प्रल्हाद निराजी व सेनापती हंबीरराव यांच्या मुद्रा आहेत.

श्री

१६०६ माघ शुद्ध ७
१
५
पांच बंद रास

स्वस्ति श्रीराज्याभिशेक शके ११ रक्ताक्षीनामसंवत्सरे माघ शुध सप्तमी मंदवासर सभा विदमान

श्रीशंभुनर
पतिहर्षनिधान मोरे
श्वरसुत नीलकंठ
मुख्य प्रधान

लक्ष्मीनृसिंह
भक्तश्रीनीररायाब्धि
सन्मणे: ।। प्रल्हाद
वर्धिनीमुद्रा प्रल्हादस्य
विजयते

श्री
मछिवमाहानु
भाव सेनाधीश
हंबीरराव

कारणें जाला निवाडा ऐसा जे माहादजी पा। जगदळा कसबे मसूर ता। उंबरज व संताजी पा। घाडगा मौजे सिवडे व मौजे वराडे ता। म।।र यामधें व सितोजी व सटवोजी भोसले यामधें कसबे मसूर व मौजे कोणेगव्हाण व मौजे सिरवडे व मौजे सिवडे व मौजे वराडे ता। म।।र या गावीचीं सितोजी व सटवोजी भोसले एहीं धामधूम करून सेतेंभातें हिरोन घेतलीं व आणीक हि कितेक आवाडाव केली. याच्या कलमाचे कलम राजश्री

कविकलश छंदोगामात्य व राजश्री सरकारकून एहीं सदरेस बैसोन निर्वाह केला बितपसील

कि ।। कलम सेत माहादजी पाटेल
दि ।। वाटेकरी पिकलें सेत हरजिनसी
बिघे ५० मौजे कोणेगव्हाणें खासा
माहादजी पा।
५० मौजे सीवडे बा। वाटेकरी
१००
ए। बिघे एकसे पैकी बा। कोणेगव्हाणें येथील पन्नास बिघे सटवोजी भोसलियार्नी गुरें व सेरडें घालोन चारिले व बा। सिरवडें बिघे पन्नास कांहीं मलिस्त करून नेल्हे व कांही गुराकडून चारिले ह्मणोन माहादजी पा। याणीं विदित केलें यास सटवोजी भोसले यास यास विचारितां विदित केलें कीं दहा वीस बिघे आपले गुरानीं खादलें असेल ह्मणोन तकरीर केली पारपत्यगार ता। म।।र यांस आज्ञापत्र सादर करावें कीं सटवोजी भोसले याणीं माहादजी पाटेलाचे सेत देखील वाटेकरी सदर्हू सेंभरा बिधियामधें चारिलें किती व मलिस्त करून नेले किती हे देसमुख देसकुळकर्णी व मौजे मजकूरचे वतनदार व भले लोक ग्वाही साक्ष असतील यांला सफतपूर्वक आळस व कोससि न करितां बरें चौकस मनास आणोन गाहीसाक्षीनें सेंभरा

कि ।। कलम माहादजी पा। याची पाचा आकणीची माळिव्याचा आकणीचा सोफा मौजे कोणेगव्हाणेंचा सटवोजी भोसलियाणें रात्रीचें येऊन जोराबारीनें मोडोन घेऊन गेले ह्मणोन माहादजी पा। याणें विदित केलें बिता।

तुळ्या	खांब
६ माळीच्या	१८ माळी
१६ सोफा	१२ सोफा
२२ कड्या	३० हसणी
३५ सोफा	१८ माळी
६५ माळी	२४ सोफा
१००	४२

यासि निर्वाह देशाधिकारी व पारपत्यगार ता। म।।र यांस आज्ञापत्र ल्याहावें कीं ज्या सुतारांनी माहादजी पाटेलाचा सोफा व माळी बांधली त्यास व ते समयीं जे भले लोक असतील त्यास हि व णो असल त्याची हि साक्ष मनास आणोन सफत घालोन ग्वाहीसाक्षीनसी व मौजेमजकूरचे वतनदार यांचे विदमानें बरे चौकस आकस व कोसीस न करिता परनिस्ट मनास आणोन साक्षपत्र व सिकियानसी बखेर हुजूर पाठवणें सदर्हू कलमास ग्वाहीसाक्ष मनास आणाल ते ऐसी मनास आणनें कीं सदर्हू कलमांचा

बिघियांपैकी सटवोजी भोसलियाकडे मोझ्या मुकाबलियानें शाबीत होईल याची बेरीज जे हक्कहिसाबी होईल ते तपसीलवार बखेर सिकियानसी व ग्वाहीदाराचे साक्षीनसी साक्षपत्र हुजूर पाठवणें सदर्हू कलमास ग्वाहीसाक्ष मनास आणाल ते ऐसी मनास आणनें कीं सदर्हू कलमाचा निर्वाह होय आण बदलामी न ये ऐसी परनिस्ट साक्ष मनास आणोन हुजूर लिहिणें एकूण कलम १ कि।। कलम माहादजी पाटिलावर सटवोजी भोसलियानें गुल केली ते समयीं आपले आंगावरील वस्ता नेल्या ह्मणोन माहादजी पाटलें विदित केलें बिता।।

होन तरवार १
११ पा। कोचक १
।।नि।। सेला १
११।। पासोडी तांबडी १
कुडकिया देखील मोतें कि।। होन पा।।
१९ ए।। जोडा १ यापैकीं सटवोजी भोसले कबूल जाले ते माहादजी पाटेलास देविले तरवार १ कोचकी १ सेला १ बाकी नामुकरद

होन कुडकिया जोड
११ पा। देखील मोतें १
।।नि।। पासोडी तांबडी १
११।।

यास निर्वाह माहादजी पाटिलावर गुल जाली ते समयीं माहादजी पाटेलाचे निर्वाह होय आण बदलामी नये ऐसी परनिस्ट साक्ष मनास आणोन हुजूर लिहिणें ए।। कलम १

कि।। कलम माहादजी पा। याचें सटवोजी भोसलियानें नेलें ह्मणोन सटवोजी भोसलियानें नेलें ह्मणोन विदित केलें कडबा मौजे कोणेगव्हाण व का। मसूर ए।। सुमार बारा हजार १२००० तुरीचे कुटाची व बाजे हरजिनसी कूट व लदई एक १ शाकर घराचा पाउसाळियाचा भारे सुमार २०० का। मसूरपैकीं यास सटवोजी भोसले यांला विचारितां ह्मणों लागले कीं सातपांचशे कडबा नेला असेल वरचील नेलें नाहीं ह्मणोन तकरीर केली यासि निर्वाह देशाधिकारी व पारपत्यगार यास आज्ञापत्र लिहिणें कीं सदर्हूमधें सटवोजी भोसले याणीं काय नेलें असेल तें देसमुख देसकुळकर्णी व मौजे मजकूरचे वतनदार यांचे गाहीसाक्षीनसी बरें चौकस सफतपूर्वक मनास आणोन हुजूर लिहिणें सदर्हू कलमास ग्वाहीसाक्ष मनास आणाल ते ऐसी मनास आणनें किं सदर्हू कलमाचा निर्वाह होय आणि बदलामी न ये ऐसी परनिस्ट साक्ष मनास आणोन हुजूर लिहिणे ए।। कलम १

लग................................०

लग................................०

आंगावर पासोडी होती की नव्हती	लग..............................०
याची साक्ष व कुडकिया मोतें कानी	
होती की नव्हती व मोतें कानी कोठें	लग..............................०
केलीं ते किमत व नख्त होन पा।	
अकरा व नि।। प्रताप माहदजीजवळ	लग..............................०
होते कीं नव्हते ऐसी सदर्हूची	
गोहीसाक्षीनसी बरी चौकस मनास	लग..............................०
आणोन माहालिहून सिकियनसी बखेर	
हुजूर पाठवणें सदर्हू कलमास	लग..............................०
ग्वाहीसाक्ष मनास आणाल ते ऐसी	
मनास आणनें कीं सदर्हू कलमाचा	लग..............................०
निर्वाह होय आणि बदलामी न ये ऐसी	
परनिस्ट साक्ष मनास आणोन हुजूर	लग..............................०
लिहिणें एकूण कलम १	

सताजी पाटील मौजे सिवडे व मौजे वराडे ता। मजकूर येथील आपला हरास करून सेतेंभातें सितोजी भोसले यानीं गुराकडून चारविलें व नेलें ह्मणोन सताजी मजकुरानें विदित केलें बितपसील

कि।। कलम सताजी घाटगा पा। याचें पिकलें सेत मौजे वराडें बिघे हरजिनसी

३५	ऐन
२	परडे
४।।	पडपैकीं
४१।।	

ए।। साडे एकेताळीस बिघे सितोजी भोसलियानीं मालिस्त करून नेलें आहे ह्मणोन सताजी पा। विदित केलें यावर सितोजीचे भाऊ सटवोजी भोसले यास विचारितां तकरीर केली यास निर्वाह

कि।। कलम सताजी पाटेल याच्या तिही तिही आकणीच्या माळ्या दोन सितोजी भोसलियानें नाइकजीफडतरा मुतालिक दि।। माइले यास सांगोन जाळविल्या ह्मणोन सताजींने विदित केलें यास सटवोजी भोसले यानें विदित केलें कीं सितोजीनें मुतालिकाकडून माळ्या जाळविल्या नाहीं यास निर्वाह तर्फमजकूरचे पारपत्यगार यांस आज्ञापत्र सादर करावें कीं देसमुख देसकुळकर्णी व

देशाधिकारी व पारपत्यगार ता। मार यांला आज्ञापत्र सादर करावें कीं सताजी पाटेलाचें पिकलें सेत सितोजी भोसले यार्णीं सदर्हूपैकीं किती मालिस्त करून नेलें आहे हें देसमुख देसकुळकर्णी व मौजे मजकूरचे वतनदार व गोहीसाक्ष असतील त्यास सफतपूर्वक आकस व कोसीस न करितां परनिस्ट मनास आणोन जितके सेत सितोजीकडे हक्कहिसाबी होईल त्याची बखेर सिकियानसी वतनदाराचे साक्षपत्र हुजूर पाठवणें सदर्हू कलमास गोहीसाक्ष मनास आणाल ते ऐसी मनास आणने की सदर्हू कलमाचा निर्वाह होय आण बदलामी न ये ऐसी परनिस्ट मनास आणोन साक्ष हुजूर लिहिणें ए।। कलम १

लग..............................०

लग..............................०

लग..............................०

लग..............................०

लग..............................०

लग..............................०

मौजे वराडेचे वतनदार गोहीसाक्ष मनास आणनें कीं सितोजीनें मुतालिकास सांगोन माळ्या जाळविल्या कीं नाहीं व एकेके माळीस काय किम्मत बैसाली आहे हे बरें चौकस आकस कोसीस न करितां परनिस्ट हुजूर लिहिणें सदर्हू कलमास जे साक्ष मनास आणाल ते ऐसी मनास आणनें कीं सदर्हू कलमाचा निर्वाह होय आण बदलामी न ये ऐसी परनिस्ट साक्ष मनास आणोन हुजूर लिहिणें ए।।
कलम १

कि।। कलम सताजी पा। याचे पेवें गल्लियाचे राळे सोळुले नवसेरी खंडिया अडीच होते ते सितोजी भोसले रात्रीचे येऊन गेले ह्मणोन सताजी माार विदित केलें. यास सटवोजी भोसले यास विचारितां सितोजी भोसलियानें पेंव गल्ला राळे खंडी अडीच नेला नाहीं ह्मणोन नाकाबूल गेले यास निर्वाह की ताा माारचे पारपत्यगार यास आज्ञापत्र ल्याहावें कींसदर्हू अडीच खंडी गल्लियाचें पेंवें सताजीचें सितोजी भोसलियानें नेलें आहे कीं नाहीं हे मौजे मजकुरामधें ग्वाहीसाक्ष असतील यास सफत घालून बरें चौकस देसमुख देसकुळकर्णी व मौजे मजकूरचे वतनदार याचे गोहीसाक्षीनसी आकस व कोसीस न करितां परनिस्ट बखेर कियानसी हुजूर लिहिणें सदर्हू

लग................................०	कलमास ग्वाहीसाक्ष मनास आणाल ते ऐसी मनास आणनें कीं सदर्हू
लग................................०	कलमाचा निर्वाह होय आण बदलामी न ये ऐसी परनिस्ट साक्ष मनास
लग................................०	आणोन हुजूर लिहिणें ए।। कलम १

एकूण कलमे ७ सात रास याचा कलमाचे कलम सदर्हूप्रमाणें निर्वाह केला आहे ऐसियास माहालीं आकस व कोसीस कराल आणि हुजूर राजश्री स्वामि कलमाचा कलम मनास आणितील तेव्हां आकस व कोसीस दिसोन आली ह्मणजे स्वामि तुमचा मुलाहिजा करणार नाहीं ऐसें बरें समजोन परनिस्ट लिहिलेप्रमाणें चौकस मनास आणोन हुजूर राजश्री स्वामिंचे सेवेस लिहिणें ह्मणोन देशाधिकारी व पारपत्यगार ता। मजकूर यांसि आज्ञा हें निवाडपत्र सत्य निदेश समक्ष रुजू*

लेखन
सीस्तु समु
ल्रसति
तेरीख ५ रबिलोवल सुरू सूद वार
सुा। खमस समानीन अलफ

------

* दोन कागद जोडले आहेत व जोडगिरीवर लेखनसीमेचा शिक्का पाच वेळ आला आहे.

मराठ्यांच्या इतिहासाची साधने (राजवाडे खंड १५) नवीन म.इ.सा. खंड २ रा शिवकाल ले. ११ पृ. ३१ ते ३६, प्रकाशक – डॉ. प्र. न. देशपांडे, राजवाडे इतिहास संशोधन मंडळ, धुळे २००२.

संदर्भटिपा

१. विजापूरच्या आदिलशहाचा इतिहास - बुसातीनुस्सलातीन - मुहंमद इब्राहीम अझ्झुवैरी, पृ. ६०२

२. शि.च.सा., खंड १२, लेख २, पृ. ६

३. प्र. न. देशपांडे (संपा.), छ.शि. पत्रें, पत्र १६६, पृ. २०२-२०४

४. 'गोवळकोंड्याची कुतुबशाही,' वा. सी. बेंद्रे

५. स.प.सा.सं., पृ. ६१

६. तत्रैव, पृ. ५३

७. प.सा.सं.सं.का., पृ. ६५

८. सिद्धेश्वरशास्त्री चित्राव, मध्ययुगीन चरित्रकोश

९. 'नियतीच्या विळख्यांत औरंगजेब,' पृ. ७३

१०. 'मराठे व औरंगजेब,' पृ. ३२

११. तत्रैव, पृ. ३३

१२. ज्वलज्ज्वलनतेजस संभाजीराजा, पृ. ३१०

❐

१६. हंबीरराव हरपले

आदिलशहाच्या दरबारात सिद्दी मसहूद, सय्यद मखदूम व षर्जाखान हे नामांकित सरदार होते. सिकंदर आदिलशहा हा वयाने व अनुभवाने अल्प असल्याने या सरदारांमार्फत त्याचा कारभार चालत असे. औरंगजेबालाही दुखवायचे नाही आणि संभाजीराजांशीपण वैर करायचे नाही. औरंगजेबाच्या विरुद्ध संभाजीराजांकडून मदत घ्यायची नाही असे त्यांचे धोरण होते. मराठ्यांबरोबर लढत असताना विजापूरच्या सरहद्दीवर मोगली सैन्य हल्ला करीत होतेच. औरंगजेबाने विजापूरची सत्ता संपविण्याचे ठरविले. आणि सिंकदर आदिलशहाला, 'षर्जाखान यास तू आपल्या राज्यातून हाकलून लाव,' असे कळविले. षर्जाखान यास संभाजीराजांकडून पन्हाळगडाहून सैन्य येत होते. १ एप्रिल, १६८५ रोजी मोगलांनी विजापूरच्या वेढ्याचे काम चालू केले. अब्दुल रजाक व षर्जाखान हे चिकाटीने लढत होते. शेवटी औरंगजेबाने विजापूर ताब्यात घेतले. षर्जाखान याला औरंगजेबाने १४ सप्टेंबर १६८६ रोजी पंचहजारी दिली.

षर्जाखान हा अफजलखान-वधानंतर वाईचा सरदार होता. आता तो मुघल सरदार झाला आणि सातारा-वाई भागात मराठ्यांशी सामना देण्यास उभा राहिला. वाई परिसरात हंबीररावांच्या नेतृत्वाखाली मराठे सैन्य त्याच्यापुढे उभे राहिले. या सुमारास महाराष्ट्रात, आंध्रात, कर्नाटकात आणि तामिळनाडमध्ये मराठे हे मोगलांच्या पाठीमागे टोळ-मुंग्यासारखे धाडी घालत होते. आणि अशातच हंबीररावांसारखा सेनापती स्वराज्याला पारखा झाला.

वाई

कृष्णा नदीच्या काठी असलेल्या वाई या गावाचे नाव 'वायदेश' या शब्दातील वाय (कोष्टी) वरून वाई हे नाव पडले असावे. स्कंदपुराणांतर्गत कृष्णमाहात्म्यात वाईचा 'वैराजक्षेत्र' असा उल्लेख आढळतो. 'विराटनगर' असेही वाईस म्हटले जात असे. वाई परिसरात पांडवगड, वैराटगड, कमळगड, चंदनवंदन हे शिलाहारकालीन (इ.स. ९०० ते १३००) डोंगरी किल्ले आहेत. सन १३९६ ते १४०७ या काळात दुर्गादेवीच्या दुष्काळामुळे वाई गावातील लोक स्थलांतरित झाले. तेव्हा बिदरचा बहामनी सुलतान आदमशहा अहंमदशाह पहिला (१४२२ ते ३६) याने मलिक - उत् - तुज्जार खलफहसन यास महाराष्ट्रात पाठविले. सन १४२९ मधे त्याने वाई परिसरातील किल्ले घेतले व दादा नरसो व एक तुर्की खोजा यांना वाईमध्ये वस्ती करविण्याचे काम दिले. इ.स. १४५३ ते १४८०

या काळात वाई हे बहमनींचे लष्करी ठाणे होते. मुहम्मद गावाच्या कोकणातील स्वारीत इ. १४६४ मधे वायदेशातील काही शिपाई होते. नंतर वाई आदिलशाहीमधे गेली. इ.स.१५६५ मधे राक्षसतागडी येथे लढाई झाली. विजय झाला तरीही पुढे त्यात निजामशाहीचा ऱ्हास होऊ लागला. आणि वाई आदिलशाहीकडे गेली. १६४९ ते ५९ या काळात अफजलखान हा आदिलशाही सरदार वाईचा सुभेदार होता. त्याच्या वाड्याच्या तटबंदीचे व बुरुजांचे काही अवशेष आजही पाहावयास मिळतात. १६५९ मध्ये प्रतापगड संग्रामाच्यावेळी अफजलखान वाईत राहून नंतर प्रतापगडला गेला होता. शिवाजीमहाराजांनी त्याला ठार मारल्यानंतर (१० नोव्हेंबर १६५९) वाई मराठ्यांच्या ताब्यात आली. परंतु पुन्हा तेथे आदिलशाही सत्ता आली. अफजलखान वधानंतर षर्जाखान हा तिथे सुभेदार होता. १६६४ मध्ये शिवाजीमहाराजांनी वाई प्रदेश परत जिंकला. आणि येसाजी मल्हार हा वाईचा सुभेदार झाला.[१] षर्जाखानाला आपले जुने ठाणे परत मिळवावे असे वाटले असावे म्हणून तो वाईजवळ येऊन थांबला. १४ सप्टेंबर, १६८६ ला औरंगजेबाने विजापूर जिंकल्यानंतर षर्जाखानाला 'रुस्तुमखान' ही पदवी देऊन[२] फिरोजजंगाबरोबर हैद्राबाद प्रांतातील इब्राहीमगड घेण्यास पाठविले. आणि त्यानंतर त्याने संभाजीराजांच्या मुलूखावर चाल करण्याचे ठरविले व औरंगजेबास कळविले की, 'संभाजीचा नाश करण्याचे कामी मी बादशहाला मदत करीन. मोगली दरबारचे लोक माझ्या राज्यात जी खंडणी वसूल करतात, ती जर मला माफ केली, तर मी शिपायास पगार देईन आणि संभाजीविरुद्ध चालविलेली लढाई यशस्वी करून दाखवी. सम्राटाचे बादशाही सेवक व उमराव यांनी पुणा – चाकणहून चढाई करावी. आणि बादशहाचे आम्ही चाकर मिरज, गदग आणि लक्ष्मेश्वराकडून चालून येऊ, शत्रुच्या मुलूखाचा नाश करू.'

कृष्णामाहात्म्यात डिसेंबर, १६८५ मध्ये हंबीरराव कोल्हापूर – पन्हाळ्याकडून विजापूरकरांना मदत करीत होते. मोगलांनी मिरज घेतल्यानंतर रुहुल्लाखान आणि रणमस्तखान यांच्याशी हंबीररावांनी पन्हाळ्यास यशस्वी सामना करून त्यांचा डाव उधळून टाकला होता. षर्जाखान ऊर्फ रुस्तुमखान हा औरंगजेबाला दिलेल्या आश्वासनानुसार निघाला आणि संभाजीराजांच्या मुलुखात शिरला. वास्तविक षर्जाखानाला आदिलशाही वाचविण्यासाठी संभाजीराजांनी हंबीररावांच्या मार्फत मदत केली होती. आज तो हंबीरराव मोहिते यांचा पाठलाग करण्यासाठी वाईच्या परिसरात शिरला. आदिलशाहीत अतिशय खंबीरपणे उभा असलेला हा सेनापती औरंगजेबाच्या बाजूने हंबीररावांच्यापुढे उभा राहिला. आदिलशाही बुडविण्यासाठी फितूर झालेला एक सेनापती, ज्याला दक्षिणी पादशाह्या दक्षिणीच राहिल्या पाहिजेत असे कधीही वाटले नाही, असा हा रुस्तुमखान दक्षिणेतील

मराठ्यांच्या स्वराज्याचा एकनिष्ठ प्रामाणिक आणि दूरदृष्टीच्या सेनापतीवर चाल करण्यास वाईत दाखल झाला. हंबीररावांची सेना आपल्या नेहमीच्या युद्धतंत्राने म्हणजे गनिमी काव्याने लढत होती. षर्जाखानाने मराठ्यांशी लढण्याची पराकाष्ठा केली. दुर्दैवाने या लढाईत हंबीररावांना तोफेचा गोळा लागला आणि ते धारातीर्थी पडले. ही लढाई कडेगांव या गावाजवळ झाली असावी, तेथून 'वैराटगड' हा किल्ला जवळच आहे. सातारा गॅझेटिअरमध्ये ही लढाई केंजळ गावाजवळ झाल्याचे नोंदविले आहे. ते आम्हांस चुकीचे वाटते.

खरा कर्मयोगी

संभाजीराजांच्या पडत्या काळात, म्हणजे प्रधान मंडळ आणि सावत्र आई यांनी केलेल्या कुटिल मसलती उधळून लावून स्वत:च्या सख्ख्या बहिणीच्या (सोयराबाई) विरुद्ध खंबीरपणे उभे राहाणारे हंबीरराव म्हणजे स्वराज्यनिष्ठेचे महान महामेरूच ! रणांगणावर राहून अखंड शौर्य गाजविणारे हंबीरराव अखेरच्या क्षणापर्यंत स्वराज्याची सेवा करीत राहिले. इ.स. १६७४ मधे शिवराज्याभिषेकापूर्वी शिवप्रभूंच्या चतुर आणि चाणाक्ष नजरेत भरलेला हा शिपाईगडी स्वराज्याचा सरलष्कर झाला आणि महाराजांच्या अष्टप्रधान मंडळात पंतप्रधानांच्या आणि युवराजांच्या श्रेणीत जाऊन बसला. तळबीडच्या पाटील-देशमुख घराण्यातला शौर्याची परंपरा लाभलेला हंबीरराव हा हिरा शिवछत्रपतींच्या राजमुकुटात विराजमान झाला. आपल्या आधीचे सेनापती प्रतापराव गुजर यांच्याप्रमाणेच तो त्यांचा बहिश्चर प्राण झाला. फितुरीचा विचार कधीही त्यांना शिवला नाही. महाराजांचे अनेक सगेसोयरे फितूर झाले. पण हंबीररावाने स्वराज्याचे रणक्षेत्र कधीही सोडले नाही. दक्षिणदिग्विजयात त्यांनी दाखविलेले शौर्य आणि प्रशासन ही स्वराज्यवृद्धीच्या कार्यातील अत्यंत महत्त्वाची आणि गौरवाची गोष्ट म्हणून नोंदली गेली. व्यंकोजीराजांशी म्हणजे महाराजांचे धाकटे सावत्र बंधू आणि आपले स्वत:चे सख्खे आत्तेभाऊ यांच्यापुढे समशेर घेऊन समरांगणात तो उभे राहिले. या ठिकाणी महाभारताच्या कुरुक्षेत्रावरील रणभूमीची आठवण झाल्यावाचून राहत नाही. व्यंकोजीराजांना समोर बघून कदाचित हंबीररावांना अर्जुनाप्रमाणे संमोह झाला असेल. परंतु त्यांच्या रक्तातच कर्मयोग असल्याने त्यांनी व्यंकोजीराजांशी सामना दिला आणि त्यांना पराभूत केले. व श्रीमद्‌भगवत्‌गीतेतील कर्मयोगाचा सिद्धांत त्यांनी आपल्या आचरणाने सिद्‌ध केला.

प्रपन्नानाम् परित्राता । प्रजानाम् तु प्रियंकर: ।।

अशा शरणागतांच्या आणि प्रजेच्या हिताचा, संरक्षणाचा, आश्रयाचा आणि संकटांचा सदैव विचार करणारा, प्रजेला अत्यंत प्रिय असलेला

निश्चयाचा महामेरू। बहुत जनांसी आधारू ।।
अखंड स्थितीचा निर्धारू। श्रीमंत योगी ।।

अशा सर्वज्ञपणे सुशील शिवयोग्याचा हा सरसेनापती अखंडपणे राजसिंहासनाशी प्रामाणिक राहिला. आपल्या प्रत्येक मोहिमेत रयतेच्या हिताचा विचार करून लष्करी शिस्त काटेकोरपणे पाळून गनिमाचा हिसाब धरला नाही. गनीम खट्टा केला. गनिमी काव्याच्या युद्धतंत्राची कला अवगत असलेला हा सेनानी जेव्हा युद्धात मिळालेल्या लुटीचा पूर्ण हिशोब ठेवून त्यावर कसलीही लालूच न दाखविता राजगृही पोहोच करतो, निःस्पृह राहतो, ही गोष्ट हंबीररावांच्या चरित्रातील एक लक्षणीय बाब आहे. सभासदाने आपल्या बखरीत हंबीररावांच्या या गोष्टीचे कौतुक केले आहे. शिवछत्रपतींनी हिंदवी स्वराज्य निर्माण केले. सभासद म्हणतो, 'या युगी पृथ्वीवर यवनपादशाह्या मराठा पादशहा छत्रपती जाला ही गोष्ट सामान्य झाली नाही.......' यापुढे जाऊन असे म्हणता येईल की, या मराठा पादशाहीचा पहिला सेनापती हंबीरराव मोहिते हा शिवछत्रपतींच्या कीर्तीला निश्चितपणे शोभला !

ज्वलज्ज्वलनतेजस संभाजीराजांचा पाठीराखा

संभाजीराजांच्या बरोबर तो सदैव सावलीसारखा वावरला. ज्वलज्ज्वलनतेजस संभाजीराजांच्या राजगादीच्या संघर्षापासून ते वाईच्या लढाईत अखेरचा श्वास सोडेपर्यंत तो त्यांच्या पाठीशी खंबीरपणे उभा राहिला. त्यांच्या मातोश्री सईबाईसाहेब ते सव्वादोन वर्षाचे असतानाच त्यांना सोडून गेल्या आणि या मातृवियोगाने ते पोरके झाले. त्यानंतर जिजाऊसाहेबांनी त्यांना वाढविले. जिजाऊसाहेब आणि शिवाजीमहाराजांच्या कैलासवासानंतर संभाजीराजे महापोरके झाले. हे महापोरकेपण हंबीररावांनी स्वीकारले. आणि सावत्रमामा असूनसुद्धा आपल्या या भाच्याच्या पाठीशी उभे राहिले. रणांगणावर तर त्यांची साथ होतीच पण राजप्रशासनातसुद्धा न्यायनिवाड्याचे काम त्यांनी केल्याची नोंद आढळते.

३१ जानेवारी, १६८५ च्या एका निकालपत्रावर हंबीररावांचा शिक्का आढळतो. महादजी जगदाळा आणि संताजी घाटगा यांच्या शेतातील अनेक वस्तू सितोजी व त्याचा भाऊ सटवोजी भोसले यांनी चोरल्या होत्या. या निकालपत्रावर हंबीररावांचा शिक्का तसेच प्रधान आणि न्यायाधीश यांचे शिक्के आढळतात.(३)

औरंगजेबाचे अवाढव्य आक्रमण, गोव्याचे फिरंगी, मुंबईचे इंग्रज आणि जंजिऱ्याचे हबशी आणि अनेक नातलग तसेच हितशत्रू, वतनाला हपापलेले अनेक सरदार आणि अधिकारी यांचा प्रचंड लोंढा सहस्रार्जुनाप्रमाणे संभाजीराजांनी हंबीररावांच्या साथीने १६८१ ते १६८७ असा सुमारे सात वर्षे थोपवून धरला. स्वराज्याचा खंबीर खांब कोसळला आणि स्वराज्याची इमारत सांभाळणे कठीण झाले.

अग्निशिखेला समोर जावे कसा करावा जंग ?।
सिद्दिफिरंगी, इंग्रज ठाके अवाढव्य औरंग।
झुंज-झुंज अन झुंज दिसावी महाराष्ट्राच्या भूमीत।

अशा चौफेर आक्रमणाप्रसंगी हंबीररावांची समशेर मराठी मुलखात स्वराज्यरक्षणासाठी 'तेज-तेज घेऊनि' अविरतपणे सळसळत राहिली. हंबीरराव हे संभाजीराजांचे कवच होते. त्यांच्या बाहूंतील तो रसरसता स्नायू होता. त्यांच्या छातीतील हृदयाच्या धमनीचा अंत:स्रोत होता. हंबीरराव वाईच्या लढाईत हरपले. आणि संभाजीराजे महा-महापोरके झाले. हंबीररावांच्या महानिर्वाणानंतर औरंगजेबाने फितुरीचे अस्त्र बाहेर काढले आणि गोवळकोंड्याचा फितूर शेखनिजाम याला संभाजीराजांच्यावर झडप घालण्यास पाठविले. आणि एका दुर्दैवी क्षणी संभाजीराजे संगमेश्वरी कैद झाले. माझे मित्र ज्येष्ठ इतिहाससंशोधक डॉ. जयसिंगराव पवार म्हणतात, 'संभाजीराजांच्या कैदेच्या प्रसंगी हंबीरराव असते तर तो दुर्दैवी क्षण मराठ्यांच्या इतिहासात आला नसता.' यापुढे जाऊन मला असे म्हणावेसे वाटते की हंबीरराव हयात असते तर हंबीररावांनी औरंगजेबाविरुद्धचा लढा आणखी तीव्र केला असता. कवीकलशाच्या मोहजाळातून संभाजीराजांना त्यांनी दूर केले असते आणि शेखनिजामासारख्या किंवा षर्जाखानासारख्या फितुराला आणि गणोजी शिर्क्यासारख्या स्वार्थी नातलगाला पाणी पाजले असते. कारण त्यांनी आण्णाजीदत्तो, मोरोपंत यांच्यासारख्या मुत्सद्द्यांना सुद्धा कैद करण्यास कमी केले नव्हते. हंबीरराव असते तर संभाजीराजांचे दिल्लीपतीला कारावासात डांबण्याचे स्वप्न कदाचित पुरे झाले असतेही आणि महाराणी येसूबाईंना ३० वर्षे मोगली कैदेत राहावे लागले नसते! घडून गेलेल्या घटनांविषयी जर-तर ची भाषा बोलणे इतिहासाला मान्य नाही. परंतु इतिहासातील संभाजीराजांसारखा ज्वलज्ज्वलनतेजस राजा किंवा हंबीररावांसारखा स्वार्थविवर्जित समशेरबहाद्दर सेनापती यांच्यासारख्या अनमोल अशा व्यक्तिमत्त्वांविषयीच्या आत्यंतिक प्रेमामुळे किंवा आंतरिक उमाळ्यामुळे इतिहासास मान्य नसलेली जर-तरची भाषा मनात डोकावल्यावाचून राहात नाही.

मेवाडमधील जसा दुर्गादास राठोड, ज्याने जसवंतसिंहाच्या मृत्यूनंतर त्याचा मुलगा अजितसिंह याला जी अजोड साथ दिली आणि त्याच्या पाठीशी तो ढाल म्हणून उभा

राहिला. २५ वर्षे मारवाडच्या अंतर्गत शत्रूंशी आणि मोगलांशी तो संघर्ष करीत राहिला. जसवंतसिंहाच्या वारसास त्याने पुनर्स्थापित तर केलेच; पण सतत संघर्षमय अवस्थेत मारवाडला वाचविले. औरंगजेबास त्याने सतत त्रस्त करून ठेवले. मेवाडी जनतेच्या अंत:करणातील तो एक कंठमणी होता. त्याच्याबाबत राजस्थानी भाषेत अनेक काव्ये आणि नाटके, कादंबऱ्या लिहिल्या आहेत. त्याच्यासंबंधीच्या काही काव्यांतील काव्यपंक्ती राजस्थानात सर्वतोमुख झाल्या आहेत. उदा –

'अवरंग अंधार, जोत भिटे राजा जशे।
तू दुरगा तिण वार, आंधा लकडी आशाऊत।।'

अर्थ – राजा जसवंतसिंहाची तेज:पुंज ज्योत मावळली आणि औरंगी अंधाराने मारवाड ग्रासला असता अस्करान पुत्र दुर्गादासा, तू आंधळ्याची काठी घेऊन सदैव उभा राहिलास. परकीयांपासून मुक्त करण्याची, मायदेशाला स्वदेश बनवून टिकविण्याची, कुठल्याही प्रलोभनाला बळी न पडता सदैव स्वराज्यनिष्ठा जपण्याची दुर्गादास राठोडांसारखीच लष्करी शिस्त आणि बाहेरही कडक आचारसंहिता जपणारा सह्याद्रीतला हा दुर्ग म्हणजे शौर्याची, एकनिष्ठतेची संपूर्ण महाराष्ट्रातीलच केवळ अनोखी आणि आश्चर्यचकित करणारी बाब नसून मराठ्यांच्या इतिहासाला आणि हिंदुस्थानच्या इतिहासाला लाभलेला खंबीर, बलवंत, अनमोल असा एक दुर्गश्रेष्ठ म्हणावा लागेल. दुर्दैवाने हंबीरराव यांचे आजपर्यंत कोणी समग्र चरित्र किंवा त्यांच्यावर कोणतेही ललित साहित्य लिहिल्याचे आमच्या ऐकिवात नाही.

'गनिमांच्या देखतां फौजा। रणशूरांच्या फुरफुरती भुजा।' असा रणशूर, रणशार्दुल महावीर सेनापती हंबीरराव मोहिते यांनी दोन छत्रपतींच्या चरणी आपला दृढभाव अर्पण केला. शिवाजीमहाराजांच्या रणनीतीबाबत एके ठिकाणी स्वर्गीय पंतप्रधान इंदिरा गांधी यांनी म्हटले आहे,

> *"........ Chhatrapati Shivaji is one of the most colourful heroes of our nation. His dazzling adventures have inspired generations of young people. The strategy of mobile warfare which he adopted brought him brilliant victories and changed the course of our history. The greatest legacy he has left us is his courage, his magnanimity, his sense of justice and the spirit of sturdy independence and self-reliance.*[४] *........"*

शिवछत्रपतींच्या लष्करी सामर्थ्यामधील हंबीरराव मोहिते हे शिवशाहीचे आधारस्तंभ होते. शिवाजीमहाराजांच्यानंतर शिवपुत्र ज्वलज्ज्वलनतेजस संभाजीराजे यांच्या झंझावाती कारकिर्दीत झुंज देणारे हंबीरराव मोहिते यांच्याबद्दल म्हणावेसे वाटते -

शिवज्योतीच्या तेजामध्ये सेनापति तो झगमगला।
शंभुप्रभेच्या शौर्यामध्ये सरलष्कर तो धगधगला।
सौदामिनीच्या लक्ष प्रकाशीं सरलष्कर तो लखलखला।
सह्याद्रीच्या समशेरीतुन सेनापती तो सळसळला।।

अशा शिवचरणी व शंभुचरणी दृढ भाव बाळगाऱ्या सेनाधीश हंबीरराव मोहिते यांना कोटी कोटी प्रणाम.

संदर्भटिपा

१. महाराष्ट्र शासन, महाराष्ट्र गॅझेटियर, सातारा जिल्हा, सन १९९९
२. 'मराठे व औरंगजेब', पृ. ३३
३. मराठ्यांच्या इतिहासाची साधने, खंड - १५, लेख - ११
मराठ्यांच्या इतिहासाची साधने, खंड - २, पृ. २४-२६
४. इंदिरा गांधी, 'शिवमुद्रा', सन १९७४

❑

शिवप्रभूंच्या कारकिर्दीतील हंबीरराव मोहिते यांच्या लढाया १६७४ ते १६८०

शिवाजींचे राज्य | शहाजींची जहागीरी | किल्ला | नदी

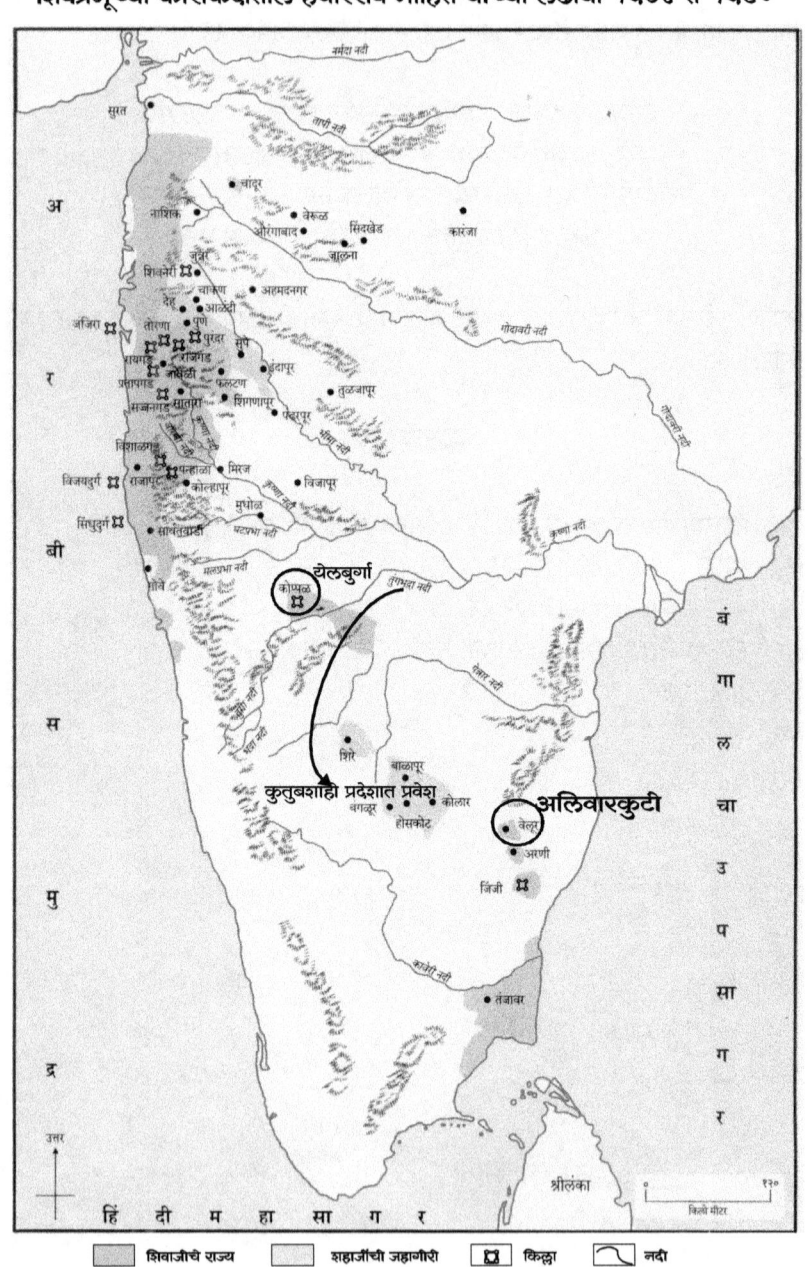

संदर्भग्रंथसूची

१. आपटे, द. वि.	कवीन्द्र परमानन्दकृत शिवभारत
आणि	(मराठी अनुवाद)
दिवेकर, स. म.	भा.इ.सं.मं. पुरस्कृत ग्रंथमाला क्र. ३, १९२७
२. आपटे द. वि.	शिवचरित्रप्रदीप,
आणि	भा.इ.सं.मं. स्वीय ग्रंथमाला.
दिवेकर, स. म.	
३. आपटे, द. वि.	महाराष्ट्र-इतिहासमंजिरी, चित्रशाळा प्रेस, पुणे, १९२३
४. ओझा, गौरीशंकर	राजस्थानचा इतिहास, जेम्स टॉडच्या ग्रंथाचा अनुवाद.
	वैदिक तंत्रालय, अजमेर
५. कुलकर्णी, अ. रा.	रामचंद्रपंत अमात्यांचे आज्ञापत्र, मानसन्मान प्रकाशन,
(संपादक)	पुणे, २००४
६. कुलकर्णी, भीमराव	सभासद बखरअनमोल प्रकाशन, पुणे, १९८७
(संपादक)	
७. केळकर, न. चिं.	शिवकालीन पत्रसारसंग्रह, खंड १
आणि	शिवचरित्र कार्यालय, पुणे, शिवचरित्र ग्रंथावली,
आपटे, द. वि.	रायगड स्मारक व भा.इ.सं. मंडळ, १९३०
८. केळकर, न. चिं.	शिवकालीन पत्रकारसंग्रह, खंड २
आणि	शिवचरित्र कार्यालय, पुणे, शिवचरित्र ग्रंथावली,
आपटे, द. वि.	रायगड स्मारक व भा.इ.सं. मंडळ, १९३०
९. कुलकर्णी, गो. त्र्यं.	ऐतिहासिक फार्सी साहित्य खंड ६ – अनुवाद
खरे, ग. ह.	भा.इ.सं.मं., स्वीय ग्रंथमाला, क्र. १०६, १९९३
१०. कुलकर्णी, अ. रा.	मराठ्यांचा इतिहास, भाग १
	राजहंस प्रकाशन पुणे, १९९७
११. कोलारकर, श. गो.	औरंगजेबाचा संक्षिप्त इतिहास
	(जदुनाथ सरकार यांच्या History of Aurangzeb
	चा मराठी अनुवाद) मंगेश प्रकाशन, नागपूर, १९९९
१२. खरे, ग. ह.	ऐतिहासिक फारसी साहित्य, ६ वा खंड

१३. खोबरेकर, वि. ग. निबंधसंग्रह, महाराष्ट्र इतिहास परिषद अधिवेशन. मुंबई मराठी ग्रंथसंग्रहालयाच्या १९७४ इतिहास संशोधन मंडळाची ग्रंथमाला.

१४. गुळवणी, मु. गो. हुकुमतपन्हा, नियोजित रामचंद्रपंत अमात्य विश्वस्तनिधी प्रकाशन, १९९३

१५. चित्रावशास्त्री, सि.वि. (संपादक) भारतवर्षीय मध्युगीन चरित्रकोश, भारतवर्षीय चरित्रकोश मंडळ लि. पुणे, १९३७

१६. चौहान, देविसिंह दखनी हिंदीतील इतिहास व इतर लेख, मुंबई मराठी ग्रंथसंग्रहालयाच्या इतिहास संशोधन मंडळाची ग्रंथमाला क्र. २१, शके १८९५

१७. चौबळ, ज. स. असे होते मोगल (निकोलाय मनुची), भाषांतर, म.रा.सा.सं. मं., १९७४

१८. जोशी, शं. ना. (संपादक) संभाजीकालीन पत्रसारसंग्रह, भा.इ.सं.मं. १९४९

१९. जोशी, मुकुंद ना. दक्षिणदिग्विजय,मनोदय प्रकाशन, पुणे, २००७

२०. पगडी, सेतुमाधवराव मोगल-मराठासंघर्ष,इ.शा. हफ्तअंजुमन, फुतूआतेआलमगिरी, खुतूते शिवाजी - ईश्वरदास नागर - अनुवाद, चित्रशाळा प्रेस, पुणे, १९६४

२१. पगडी, सेतुमाधवराव मराठ्यांचे स्वातंत्र्ययुद्ध (खाफीखानलिखित - मुन्तखबुल लुबाब मुहम्मदशाही - अनुवाद) जोशी - लोखंडे प्रकाशन, १९६२

२२. पगडी, सेतुमाधवराव मोगल आणि मराठे (भीमसेना सक्सेना लिखित तारिके दिलकुषा अनुवाद) ग. ल. ठोकळ प्रकाशन, १९६३

२३. पगडी, सेतुमाधवराव मराठे व औरंगजेब, (साकी मुस्तैदखान लिखित मासिरे आलमगिरी अनुवाद) शिवचरित्र वृत्त खंड - ३, ज्ञानराज प्रकाशन, पुणे, १९६३

२४. पगडी, सेतुमाधवराव मोगल दरबारची बातमीपत्रे अनुवाद, महाराष्ट्र साहित्य संस्कृती मंडळ, मुंबई, १९७८

२५. पगडी, सेतुमाधवराव नियतीच्या विळख्यात औरंगजेब, परचुरे प्रकाशन मंदिर, पुणे, १९९३

२६. पवार, आप्पासाहेब   ताराबाईकालीन कागदपत्रे, खंड १,
    (संपादक)   शिवाजी विद्यापीठ ऐतिहासिक ग्रंथमाला,
               पुष्प १, सन १९६९

२७. पवार, जयसिंगराव भा.   छ. संभाजी स्मारक ग्रंथमंजुश्री प्रकाशन,
    (संपादक)   कोल्हापूर, १९९०

२८. पवार, जयसिंगराव भा.   महाराणी ताराबाई,ताराराणी विद्यापीठ,
    (संपादक)   कोल्हापूर १९७५

२९. पवार, जयसिंगराव भा.   शिवचरित्रापासून काय शिकावे मंजुश्री प्रकाशन,
    (संपादक)   कोल्हापूर

३०. पाठक, अरुणचंद्र   महाराष्ट्र राज्य गॅझेटिअर, सातारा जिल्हा,
    (संपादक)   मुंबई दर्शनिका विभाग,महाराष्ट्र शासन, १९९९

३१. पारसनीस, द. ब.   विजापूरच्या आदिलशाहीचा इतिहास
               (मुहम्मद इब्राहीम अइझुवैरी लिखित
               बुसातिनुस्सलातिन) शिवचरित्रवृत्तसंग्रह, संपादक,
               वा. सी. बेन्द्रे,मुंबई मराठी ग्रंथसंग्रहालय, मुंबई १९६८

३२. पुरंदरे, ब. मो.   राजा शिवछत्रपती (१५ वी आवृत्ती) भारतीय
               संस्कृती– संवर्धन मंडळ,पुरंदरे प्रकाशन, पुणे, २००३

३३. पुराणिक, श. श्री.   मराठ्यांचे स्वातंत्र्यसमर (पूर्वार्ध),
               काळ प्रकाशन, पुणे, १९८१

३४. बेन्द्रे, वा. सी.   गोवळकोंड्याची कुतुबशाही भा.इ.सं.मं.,
               स्वीय ग्रंथमाला क्र. ३९, १९३४

३५. बेन्द्रे, वा. सी.   महाराष्ट्रेतिहासाची साधने, भाग २,
               भा.इ.सं.मं. पुणे १९६३

३६. बेन्द्रे, वा. सी.   निबंधसंग्रह, महाराष्ट्र इतिहास परिषद,
               अधिवेशन तिसरे, मुंबई – मराठी ग्रंथसंग्रहालयाचे
               इतिहास संशोधन मंडळ, १९६८

३७. भारत इतिहास   मराठ्यांच्या इतिहासाची साधने, खंड १५
    संशोधक मंडळ, पुणे

३८. भारत इतिहास   मराठ्यांच्या इतिहासाची साधने, खंड २०
    संशोधक मंडळ, पुणे

३९.	भारत इतिहास संशोधक मंडळ, पुणे	मराठ्यांच्या इतिहासाची साधने, खंड ८
४०.	भारत इतिहास संशोधक मंडळ, पुणे	शिवचरित्रसाहित्य, खंड १२
४१.	भारत इतिहास संशोधक मंडळ, पुणे	ऐतिहासिक संकीर्ण साहित्य, खंड १
४२.	भारत इतिहास संशोधक मंडळ, पुणे	मराठ्यांच्या इतिहासाची साधने, खंड २
४३.	भारत इतिहास संशोधक मंडळ, पुणे	मराठ्यांच्या इतिहासाची साधने, खंड ३
४४.	भागवत, अ. ना. आणि मेहेंदळे, वा. प.	सातारच्या पंतप्रतिनिधी घराण्याचा इतिहास, औंध संस्थान छापखाना, शके १५५१ (१९२९)
४५.	महाराष्ट्र सरकार	छत्रपती शिवराज्याभिषेक शताब्दी समारंभ स्मरणिका, १९७४, शिवराजमुद्रा
४६.	महाराष्ट्र राज्य पाठ्यपुस्तक निर्मिती व अभ्यासक्रम संशोधन मंडळ, पुणे	छत्रपती शिवाजी स्मृतिग्रंथ, १९७६
४७.	मोडक, ज. वा.	मराठे साम्राज्याची छोटी बखर, काव्येतिहाससंग्रह क्र. २९, पुणे, १८८१
४८.	देशमुख, विजय	शतकर्ते शिवराय, खंड १ छत्रपती सेवा प्रतिष्ठान प्रकाशन, नागपूर, १९८२
४९.	देशमुख, विजय	शतकर्ते शिवराय, खंड २ छत्रपती सेवा प्रतिष्ठान प्रकाशन, नागपूर, १९८२
५०.	देशपांडे, प्र. न. (संपादक)	छत्रपती शिवाजीमहाराजांची पत्रे सुषमा प्रकाशन, धुळे १९८३
५१.	देशपांडे, प्र. न. (संपादक)	मराठ्यांच्या इतिहासाची साधने, (शिवकाल) खंड १ (नवीन) राजवाडे संशोधन मंडळ, धुळे

५२. देशपांडे, प्र. न.   मराठ्यांच्या इतिहासाची साधने,
(संपादक)   (शिवकाल) खंड २ (नवीन)
राजवाडे संशोधन मंडळ, धुळे

५३. नंदुरबारकर,   शिवदिग्विजय बखर
प्रकाशक मो. द. नांदुरकर
अनमोल प्रकाशन, पुणे

५४. वाकसकर, वि. स.   शिवछत्रपतींची ९१ कलमी बखर आणि भोसले
घराण्याची चित्रावली व्हीनस प्रकाशन पुणे, १९६२

५५. वाकसकर, वि. स.   कृष्णाजी अनंत सभासद विरचित छत्रपतीशिवप्रभूंचे
चरित्र, १९६० (दुसरी आवृत्ती)

५६. वैद्य, चिं. वि.   शिवाजी निबंधावली खंड १,२ शिवस्मारक
ग्रंथावली, शिवचरित्र कार्यालय पुणे, शके १८५१
कॉन्टिनेन्टल प्रकाशन, १९८४

५७. शिवदे, सदाशिव स.   ज्वलज्ज्वलनतेजस संभाजीराजा,
डायमंड प्रकाशन, २००१

५८. श्री छत्रपती शिवाजी   शाहिरांचे छत्रपती शिवाजी महाराज
महाराज स्मारक समिती
प्रकाशन मुंबई १९८८

५९. सरदेसाई, गो. स.   मराठी रियासत, खंड १,ढवळे प्रकाशन, मुंबई,
१९७५

६०. सरदेसाई, गो. स.   मराठी रियासत, खंड २,ढवळे प्रकाशन, मुंबई,
१९७५

६१. समर्थ रामदास   सार्थ श्रीमत् दासबोध, के. वि. बेलसरे, श्री समर्थ
सेवा मंडळ, सज्जनगड, ५ वी आवृत्ती, १९८९

६२. सरदेसाई, गो. स.   परमानंदकाव्यम् – अनुपुराण
(देवदत्त, गोविंदकृत)
गायकवाड ओरिएन्टल सिरीज,बडोदा, १९५२

६३. सोवनी, अविनाश   ऐतिहासिक शकावल्या, भाग १
(संपादक)   शब्दवेध प्रकाशन, पुणे, १९९८

६४. हेरवाडकर, र. वि. (संपादक) — मल्हार रामराव चिटणीस विरचित शिवछत्रपतींचे चरित्र व्हीनस प्रकाशन, पुणे, १९७२

६५. हेरवाडकर, र. वि. (संपादक) — मल्हार रामराव चिटणीस विरचित श्रीमंत छ. संभाजी महाराज आणि थोरले राजाराम महाराज यांची चरित्रे, व्हीनस प्रकाशन पुणे १९७२

Duff, James Caningham Grant — History of Marathas, Vol. ñ I, II Avishkar Publishers Distributors, Jaypur, 1986

Sarkar, Jadunath — House of Shivaji M. C. Sarkar & Sons, 1919

Sen, Surendranath — Administrative System of Marathas, K. P. Bagchi & Co., Delhi, 1958

Sen, Surendranath — Military System of Marathas, K. P. Bagchi & Co., Delhi, 1978

Sen, Surendranath — Foreign Biographies of Shivaji, National Archieves of India, New Delhi, 1969

Sen, Surendranath(Editor) — Indian Travels of Thevernot & Careri, National Archieves of India, New Delhi, 1919

Shrivastav, P. N. — East Nimar Gazetteer, District Gazetteer, M.P., Bhopal, 1959

Shivcharitra Karyalaya — English Records of Shivaji, Shivaji Tricenternary Memorial Series Vol. VI, 1931

❑

परिशिष्ट – १

सन १६७६ मधील एका हस्तलिखित पोथीतील
हंबीरराव मोहिते यांचा तळ नाशिक येथे
असल्याचा उल्लेख असल्याचा कागद
शोधनिबंध : हंबीरराव मोहिते

(श्री सरदार गं. ना. मुजुमदार)

वाई येथील थिटे घराण्यातून जे हस्तलिखित ग्रंथ भारत इतिहास संशोधक मंडळास मिळालेले आहेत ते चाळीत असता एकनाथविरचित मराठी रुक्मिणीस्वयंवराची एक त्रुटित पोथी मिळाली. तिच्या शेवटच्या पृष्ठावर लेखकाने सदरहू पोथीचा लेखनकाल, स्थल व स्वनाम यांचा निर्देश केला आहे. त्यात सदर पोथी नारायणसुत राम गोसावी याने नाशिक येथे मिति कार्तिक शुद्ध त्रयोदशी, बुधवार शालिवाह न शके १५९७ (म्हणजे ता. ८ नोव्हेंबर इ.स. १६७६) या दिवशी हंबीरराव मोहित्यांच्या सैन्यात लिहून समाप्त केली असा स्पष्ट उल्लेख आहे. तसेच त्यावरून त्या दिवशी हंबीरराव मोहित्यांच्या सैन्याचा तळ नाशिक येथे होता हेही सिद्ध होते. हंबीररावच्या पदरी हा सेवक आश्रित असून त्यांनी आपणा स्वत:करिता हा ग्रंथ त्याजकडून लिहून घेतला असावा असे अनुमान साहजिकच निश्चित निघते. पोथीतील उतारा पुढीलप्रमाणे आहे.

प्रसंग १८

वंसे समती संहिताद्या रुक्मीणीसैवर संपर्णमस्तु शुभमं भवतु प्रसंग ।।१८।।

बोवियासर १६९६ श्लोक १२। येवमं, ग्रंथ १७०८

समाप्त स्वस्ती नृप शाळिवाहन शके १५९७ येथे शकांक १५९७ आहे. तो १५९८ पाहिजे. (शके १५९८) नळ हे संवत्सराचे नाव व नळसंवत्सरातील महिना पक्ष तिथी वार हे सर्व दिले ते बरोबर जमते. १५९७ शकवर्षात हे जमत नाही. म्हणजेच येथे शकवर्षात गतगत दिला आहे. (१) प. स. /७/६१

संदर्भ–ऐतिहासिक संकीर्ण साहित्य, खंड ३, लेख १२४ (२६), पृ. २०१

नळनाम संवत्च्छरे कार्तीक मासे शुक्ल पक्षे त्रयोदशाम सौऽम्य वासरे रुक्मीणी ग्रंथ लीख्येते समाप्ता: ।।

......ग्रीवांरा......

पुस्तक दृष्ट वा: वादृशि ळीखीत या: ईती
शुधमशुधम वा मम दोष न ळीयेत्ये । छ ।। छ ।।
छ ।। श्रिकृष्णार्पणमस्तु । छ ।। छ ।। हस्तक्षर
नारायेनसूत रामगोसावि मुकाम जनस्थान
सैन्यात हमीरराव मोहीते: ।। छ ।। छ ।। छ ।। छ ।।
छ ।। छ ।।

❐

मुजरा छत्रपती संभाजीराजांस

जिथे जाहले रुधीर पावन हौतात्म्याच्या यज्ञात
मुजरा करतो तुम्हास राजे महाराष्ट्राच्या भूमीत।।धृ.।।

कुणी म्हणावे 'छावा' तुम्हां कुणी म्हणावे 'शेर'
कुणी म्हणावे सेनानी तर कुणी म्हणावे 'वीर'
सळसळते समशेर शंभुची महाराष्ट्राच्या भूमीत
जिथे जाहले रुधीर ... ...।।१।।

तेज तेज अन् तेज घेउनी सौदामिनी ती लखलखली
त्या चपलेचे तेज घेउनी वीरश्री तव धगधगली
त्या बिजलीचा लोळ दिसे तो महाराष्ट्राच्या भूमीत
जिथे जाहले रुधीर ... ...।।२।।

मरणाला त्या मारुनी तुम्ही मोक्षाला गेलां तेथे,
'ज्वलज्ज्वलनतेजस' राजे गौरविला गेला तेथे
मृत्युंजय ही काया झाली महाराष्ट्राच्या भूमीत
जिथे जाहले रुधीर ... ...।।३।।

क्षत्रियकुलावतंस राजे तुम्हीच शंभू छत्रपती
शिवजातस्य, मुद्रा तुमची सूर्यप्रभेला लाजवती
त्या तेजाचा प्रकाश भरला महाराष्ट्राच्या भूमीत
जिथे जाहले रुधीर ... ...।।४।।

अग्निशिखेला समोर जावे कसा करावा जंग ?
सिद्दि, फिरंगी, इंग्रज ठाके अवाढव्य अवरंग !
झुंज झुंज अन् झुंज दिसावी महाराष्ट्रांच्या भूमीत
जिथे जाहले रुधीर ... ...।।५।।

वणव्याची तुम्हि वाट रोखली बाट रोखली हिंदूंची
गनिमाची तुम्हि वाट रोखली शान राखली धर्माची
'धर्मवीर' तुम्हि इथे जाहलां महाराष्ट्राच्या भूमीत
जिथे जाहले रुधीर ... ...।।६।।

काव्याचे तुम्हि रसिले राजे रचना काव्याची केली
इतिहासाची सुवर्णपाने कविते तुमच्या भूषविली
शंभू कवीची याद होतसे महाराष्ट्राच्या भूमीत
जिथे जाहले रुधीर ... ...।।७।।

तख्त त्यागले अवरंग्याने तुमच्या तप्तच तेजाने
काळाची मति कुंठित झाली तुमच्या दिव्यच दीप्तीने
जीवन तुमचे कृतार्थ झाले महाराष्ट्राच्या भूमीत
जिथे जाहले रुधीर ... ...।।८।।

जीवित तृणवत् मानुनि तुम्ही समर्थास त्या गौरविले
मरणाला तुम्हि मिठीत घेउनी गीतातत्वा जागविले
मृत्यू तुमचा महान झाला महाराष्ट्राच्या भूमीत
जिथे जाहले रुधीर पावन हौतात्म्याच्या यज्ञात
मुजरा करतो तुम्हांस राजे महाराष्ट्राच्या भूमीत।।९।।

डॉ. सदाशिव शिवदे

सूची

◻